A VOCABULARY MALAYALAM AND ENGLISH

BY

Kallady Thyen Ramunni.

Revised by

Mr. F. F. Lemerle

GYAN

Published by

Gyan Publishing House
5, Ansari Road
Daryaganj, New Delhi-110002
Phone: 011-47034999, 9811692060
E-mail: books@gyanbooks.com

Distribution Network
gyanbooks.com
India, USA, Canada, UK, Australia, France

ISBN : 978-81-212-4449-7 (PB)
First Published, 1877

2nd Impression 2020

Printed at: Gyan Press, Delhi.

A Vocabulary
Malayalam and English
Author: Kallady Thyen Ramunni

A VOCABULARY
MALAYALAM AND ENGLISH

A

VOCABULARY

MALAYALAM AND ENGLISH.

BY

Kallady Thyen Ramunni.

Revised by

Mr F. F. Lemerle.

മലയാളവും ഇംഗ്ലീഷും ഉള്ള

വാക്യ പുസ്തകം.

കല്ലാടി തയ്യൻ രാമുണ്ണിയാൽ ഉണ്ടാക്കപ്പെട്ടതു.

മിസ്റ്റർ എഫ് എഫ് ലെമറൽ സായ്പാൽ പരിശോധിച്ചു.

PRINTED

at the Tellicherry Vidiarthi Sandanum Press

of

K. K. MANNAN.

Tellicherry 1877.

Price 10 Annas.

മുഖവുര

ഈ വാക്കപുസ്തകം ഇംഗ്ലീഷ അക്ഷരങ്ങൾ പരിചയമില്ലാത്ത എല്ലാവൎക്കും പാഠകശാലകളിൽപഠിക്കുന്നബാലന്മാൎക്കും എത്രയുംഉപകാരവും സഹായവുമായിവരുമെന്ന വിചാരിച്ചിട്ടത്രെ പ്രസിദ്ധപ്പെടുത്തിയ്യു

ഈ പുസ്തകംരണ്ടുഭാഗങ്ങളായി വിഭാഗിക്കപ്പെട്ടിരിക്കുന്നു. ഒന്നാംഭാഗത്തിൽഅക്ഷരക്രമമായിഉപകാരവുംസാധാരണനടപ്പും ഉള്ളവാക്കുകളും രണ്ടാംഭാഗത്തിൽകുശലപ്രശ്നാലികളുംഅടങ്ങിയിരിക്കുന്നു

ഇംഗ്ലീഷിന്റെതുല്യശബ്ദം കിട്ടേണ്ടതിന്ന താഴെഎഴുതുന്ന ചിലക്രമങ്ങളിന്മെൽ വായനക്കാരുടെ ദൃഷ്ടിഉണ്ടായിരിക്കേണ്ടതാണ

1. ഇംഗ്ലീഷിൽ F. എഫ എന്നഅക്ഷരം മലയാളത്തിൽഇല്ലാതകൊണ്ട അതിന്നഫകാരത്തെ ഉപയോഗിച്ചിരിക്കുന്നു. ഫാദർ. ഫൈൻഎന്നപോലെ

2. ◡ ഈഅടയാളംഓരോഅക്ഷരത്തിന്റെമീതെകാണുമ്പോ അവയെല്ലാറ്റെയുംഅൎദ്ധാക്ഷരങ്ങളായിശബ്ദിക്കേണ്ടതാകുന്നു. കെസ്. ഫട്ട്°. എന്നപോലെ

3. ഈ െ പുള്ളി പ്രത്യേകിച്ച് ഇംഗ്ലീഷശബ്ദങ്ങളിൽ ഹ്രസ്വിച്ചും -ഉം- പെൻ- റെഡി- ഈ േ പുള്ളിദീൎഘിച്ചുംഉ-ം ബേച്ചിലർ- ഡോക്ടർ- എന്നപോലെശബ്ദിക്കേണ്ടതാകുന്നു.

ക. ത. രാ

VOCABULARY.

MALAYALAM AND ENGLISH

PART. I.

I. NOUNS നാമങ്ങൾ.

1. The World.

ഭൂലൊകം.

Malayalam	English	Pronunciation
അഗ്നി.	Fire.	ഫയർ.
അന്തിമാനശൊഭ.	Twilight.	ടൈ്വലൈററ.
ആകാശം.	Sky	സ്കൈ
ഇടി.	Thunder.	തണ്ടർ.
ഇരുട്ട.	Darkness.	ഡാർക്നെസ്.
ഉഷ്ണം.	Heat.	ഫീററ്.
ഓവു.	Drain.	ഡ്രെയിൻ.
കടൽ.	Sea.	സീ.
കടപ്പുറം.	Sea shore	സീഷോർ.
കല്ലു.	Stone.	സ്റ്റോൺ.
കാററ.	Wind.	വിൻഡ്.
കിണറ.	Well.	വെൽ.
കുന്നു.	Hill.	ഫിൽ.
കുളം.	Tank.	ടേങ്ക്.
കുഴി.	Pit.	പിററ്.
കൊടുങ്കാററ.	Storm.	സ്റ്റോം.

ഗ്രഹണം .	Eclipse.	എക്ലിപ്സ് .
ഗ്രാമം .	Village.	വില്ലെജ് .
ചന്ദ്രൻ .	Moon.	മൂൺ .
തടാകം .	Lake.	ലേക്ക് .
തണൽ .	Shade.	ഷേഡ് .
താഴ്വര .	Valley	വേല്ലി .
ദ്വീപ് .	Island.	ഐലെൻഡ് .
നക്ഷത്രം .	Star.	സ്റ്റാർ .
നിലം .	Land.	ലെൻഡ് .
നിഴൽ .	Shadow.	ഷേഡൊ .
പട്ടണം .	Town.	ട്ടൌൺ .
പാറ .	Rock.	റോക്ക് .
പുഴ .	River.	റിവർ .
പൂഴി .	Sand.	സേൻഡ്
പ്രപാതം .	Precipice.	പ്രെസിപ്പിസ് .
പ്രഭാതകാലം	Dawn	ഡോൺ .
ഭൂകമ്പം .	Earthquake.	എർത്ത്ക്വേക്ക് .
മല .	Mountain.	മൌണ്ടെൻ .
മന്ദവായു .	Breeze.	ബ്രീസ് .
മഴ .	Rain.	റെയിൻ .
മഴവില്ല് .	Rainbow.	റെയിൻബൊ .
മിന്നൽ .	Lightning.	ലൈറ്റ്നിങ്ങ് .
മേഘം .	Cloud.	ക്ലൌഡ് .
മൈതാനം .	Plain.	പ്ലേയിൻ
രാജ്യം .	Country.	കൺട്രി .
വായു .	Air.	എയർ .
വെള്ളം .	Water.	വാട്ടർ .
വെളിച്ചം .	Light.	ലൈറ്റ് .
ശൈത്യം .	Cold.	കോൾഡ് .
സമുദ്രം .	Ocean.	ഓശ്യൻ .

സൂര്യൻ.	Sun.	സൺ.
സൂര്യപ്രകാശം	Sunshine.	സൺ ശയിൻ.
സ്ഥലം.	Place.	പ്ലേസ്.

2. Time.

കാലം

അർദ്ധരാത്രി.	Midnight.	മിഡ്നൈററ്.
ആഴ്ച.	Week.	വീക്ക്.
ഉച്ച.	Noon.	നൂൺ.
കൊല്ലം.	Year.	ഇയ്യർ.
ദിവസം.	Day.	ഡേയി.
നട്ടുച്ച.	Midday.	മിഡ്ഡേയി.
മണിക്കൂറ.	Hour.	ഔർ
മാസം.	Month	മൺത്ത്.
രാവിലെ.	Morning	മൊർണ്ണിങ്ങ്.
രാത്രി.	Night.	നൈററ്.
വിനാഴിക.	Minute.	മിനററ്
വൈകുന്നേരം.	Evening	ഈവിനിങ്ങ്.

3. The Months.

മാസങ്ങൾ

മകരം.	January.	ജെനുവരി.
കുംഭം.	February.	ഫെബ്രുവരി.
മീനം.	March.	മാർച്ച്.
മേടം.	April.	എപ്രിൽ.
എടവം.	May.	മേയി.
മിഥുനം	June.	ജൂൺ.
കർക്കടകം.	July.	ജൂലൈ.

ചിങ്ങം.	August.	ഓഗസ്റ്റ്.
കന്നി.	September.	സെപ്ടെമ്പർ.
തുലാം.	October.	ഒക്ടോബർ.
വൃശ്ചികം.	November.	നൊവമ്പർ.
ധനു.	December.	ഡിസമ്പർ.

4. THE DAYS OF THE WEEK.

ആഴ്ചവട്ടങ്ങൾ

ഞായർ.	Sunday.	സൺഡേയി.
തിങ്കൾ.	Monday.	മൺഡേയി.
ചൊവ്വ.	Tuesday.	ട്യൂസ്ഡേയി.
ബുധൻ.	Wednesday,	വെഡ്ന്സ്ഡേയി
വ്യാഴം.	Thursday.	തേസ്ഡേയി.
വെള്ളി.	Friday.	ഫ്രൈഡേയി.
ശനി.	Saturday,	സേട്ടഡേയി.

5. THE HUMAN FAMILY.

മനുഷ്യകുഡുംബങ്ങൾ

അച്ഛൻ.	Father.	ഫാദർ.
അമ്മ.	Mother.	മദർ.
അപ്പച്ചൻ.	Father-in-law.	ഫാദർ ഇൻ ലൊ.
അമ്മായിയമ്മ.	Mother-in-law.	മദർ ഇൻ ലൊ.
അനുജൻ.	Younger Brother,	യങ്ങർബ്രദർ.
അളിയൻ.	Brother-in-law.	ബ്രദർ ഇൻ ലൊ.
അനന്തിരവൻ	Nephew,	നേവ്യൂ.
ആൺകുട്ടി.	Boy.	ബോയി.
ഇളയമ്മ.	Aunt.	എൻററ്.
കന്യക.	Virgin.	വർജ്ജിൻ.

കാരണവൻ.	Uncle.	അങ്ക്ക്കിൾ.
കിഴവൻ.	Old man.	ഓൾഡ്മേൻ
കിഴവി.	Old woman.	ഓൾഡ്വൂമൻ
ജ്യേഷ്ഠൻ.	Elder Brother.	എൽഡർബ്രദർ
പുരുഷൻ.	Man.	മേൻ.
പെങ്കുട്ടി	Girl.	ഗേൾ.
ബാലൻ.	Young man.	യങ്ങ്മേൻ.
ബ്രഹ്മചാരി.	Bachelor.	ബേച്ചിലർ.
മകൾ.	Daughter.	ഡോട്ടർ.
മകൻ.	Son.	സൺ.
മരുമകൾ.	Niece.	നീസ്.
മുത്തച്ഛൻ.	Grand father.	ഗ്രേൻഡ് ഫാദർ
മൂത്താമ്മ.	Grand mother.	ഗ്രേൻഡ് മദർ.
യുവതി.	Young woman. / Damsel	യങ്ങ്വൂമൻ. / ഡേംസൽ.
തരുണി.	Widow.	വിഡൊ.
വിധവ.	Baby.	ബേബി.
ശിശു.	Brother.	ബ്രദർ.
സഹോദരൻ.	Sister.	സിസ്റ്റർ.
സഹോദരി.	Woman.	വൂമൻ.
സ്ത്രീ.		

6. Ages.

പ്രായങ്ങൾ

പക്വപ്രായം.	Puberty,	പ്യൂബട്ടി.
ബാല്യകാലം.	Child hood,	ചൈൽഡ്ഹുഡ്
യൌവനം.	Adolescence.	എഡൊൾസെൻസ്.
വൃദ്ധത.	Old age.	ഓൾഡ്എജ്.
ശിശുത്വം.	Infancy.	ഇൻഫെൻസി.

7. Properties of the Body.

ശരീരഗുണങ്ങൾ

ഉറക്കം.	Sleep.	സ്ലീപ്പ്.
ഉറക്കംതൂങ്ങൽ. നിദ്രാമയക്കം.	Drowsiness.	ഡ്രൌസിനെസ്സ്.
ഉച്ചാരണം.	Speech. or articulation.	സ്പീച്ച. ആർട്ടിക്ക്യുലെഷൻ
എക്കിൾ	Hiccough.	ഹിക്കപ്പ
കരച്ചൽ.	Cry.	ക്രൈ.
കാക്കിച്ചുതുപ്പൽ.	Expectoration.	എക്സ്പെക്ടൊരെഷൻ
കൂൎക്കംവലി.	Snoring.	സ്നൊറിങ്ങ.
കോട്ടുവാ.	Yawn.	യാൺ.
ചിരി.	Laughter	ലാഫ്ടർ.
ചുളുക്കം.	Contortoin.	കൊൺടൊർഷൻ.
തടി.	Stoutness	സ്റ്റൌട്ട്നെസ്സ്.
ദാഹം.	Thirst.	തർസ്ട
ദീർഘശ്വാസം.	Sigh.	സൈ.
നട.	Gait.	ഗെയിറ്റ.
നില.	Posture.	പൊസ്റ്റ്യർ.
നെടുവീൎപ്പ	Sob.	സൊബ്ബ.
മുഖഭാവം.	Mien.	മീൻ.
വിശപ്പ.	Hunger.	ഹങ്കർ.
വെണ്മ.	Fairness.	ഫെയർനെസ്സ.
ശരീരഗോഷ്ടി.	Gesticulation.	ജെസ്റ്റിക്ക്യുലെഷൻ
ശ്വാസം.	Breath.	ബ്രെത്ത
സ്വപ്നം.	Dream.	ഡ്രീം.
സ്വരം.	Voice.	വൊയിസ.
സൌഖ്യം	Health.	ഹെൽത്ത
സൌന്ദൎയ്യം.	Beauty.	ബ്യൂട്ടി.

8. VARIOUS CLASSES OF DEFORMED MEN.

വിരൂപികൾ

കുരുടൻ.	A blind man.	എ ബ്ലൈൻഡ് മെൻ
കൂനൻ.	A hunch back	എ ഹഞ്ച്ബെക്ക്.
കൊഞ്ഞൻ.	A stammerer	എ സ്റ്റെമ്മെരർ
കോങ്കണ്ണൻ.	A squint eyed man	എസ്ക്വിൻറൈറെഡ് മെൻ
ചെവിടൻ.	A deaf man,	എഡെഫ്മെൻ.
മുടന്തൻ.	A lame man,	എ ലെം മെൻ.
മൊട്ടത്തലയൻ.	A bald-headed man	എ ബാൾഡ്ഹെഡ്ഡ്മെൻ.
വിരൂപി.	An ugly man.	എൻ അഗ്ലിമെൻ.

9. THE FIVE SENSES.

പഞ്ചെന്ദ്രിയങ്ങൾ

ഗന്ധം. (ഘ്രാണം).	Smell.	സ്മെൽ.
രസം. (ജിഹ്വ.)	Taste.	ടെസ്റ്റ്.
രൂപം. (ചക്ഷു)	Sight.	സൈററ.
ശബ്ദം. (ശ്രോത്രം.)	Hearing.	ഹീയറിങ്ങ.
സ്പർശം (.ത്വക്.)	Touch.	ടച്ച.

10. PARTS OF THE BODY.

ശരീരാംശങ്ങൾ

അര.	Waist.	വെയിസ്റ്റ.
കണ്ണ.	Eye.	ഐ.
കൺപോള.	Eyelid.	ഐലിഡ്.
കൺമിഴി.	Eyeball.	ഐബോൾ.

കണ്ണിമ.	Eye lash.	ഐലേഷ്.
കൺപുരികം	Eye brow.	ഐബ്രൗ.
കഴുത്തു.	Neck.	നെക്ക്.
കടിപ്രദേശം.	Loins.	ലോയിൻസ്.
കഫം.	Phlegm.	ഫ്ലെം.
കാലിന്റെമുട്ട.	Knee.	നീ.
കാൽവണ്ണം.	Calf.	കാഫ്.
കാല്.	Leg.	ലെഗ്.
കാൽവിരൽ.	Toe.	ടൊ.
കാലടി.	Foot.	ഫുട്ട്.
കീഴ്വയറ.	Abdomen.	എബ്ഡൊമെൻ.
കീഴ്ത്താടിഎല്ല.	Lower jaw	ലൊവർജൊ.
കുടല.	Bowels	ബൌവൽസ്.
കൈ.	Hand	ഹെൻഡ്.
ചുണ്ട.	Lip	ലിപ്പ്.
ചെവി.	Ear	ഈയർ.
ചെള്ള.	Cheek	ചീക്ക്.
ജീവൻ.	Life	ലൈഫ്.
ഞരമ്പുകൾ.	Nerves	നെർവ്സ്.
തല.	Head	ഹെഡ്.
തലയൊട്ട.	Skull	സ്കൾ.
തലച്ചോറ.	Brain	ബ്രെയിൻ.
താടിരോമം.	Beard	ബീയർഡ്.
താടി.	Chin	ചിൻ.
തീൻപണ്ടം.	Stomach	സ്റ്റമക്ക്.
തുട.	Thigh	തൈ.
തൊണ്ണു.	Gums	ഗംസ്.
തൊണ്ട.	Throat	ത്രോട്ട്.
നഖം.	Nail	നെയിൽ.
നാവു.	Tongue	ടങ്ങ്.

നാഡി .	Pulse	പൾസ് .
നാഭി .	Navel	നേവൽ .
നെഞ്ചു .	Chest	ചെസ്റ്റ്
നെററി .	Fore head	ഫോർഹെഡ് .
പല്ലു .	Tooth	ടൂത്ത് .
പാർശ്വങ്ങൾ .	Sides	സയിഡ്സ് .
ഭുജം .	Arm	ആറം .
മലം	Excrement	എക്സ്ക്രെമെന്റ്
മാംസം	Flesh	ഫ്ലെഷ് .
മാറിടം	Breast	ബ്രെസ്റ്റ്
മുഖം .	Face	ഫേസ് .
മൂക്കു .	Nose	നോസ് .
മൂക്കിൻദ്വാരം .	Nostril	നോസ്ട്രിൽ
മൂത്രം .	Urine	യൂറിൻ .
മേൽതാടിഎല്ലു .	Upper jaw	അപ്പർജൊ .
രക്തം .	Blood	ബ്ലഡ് .
രോമം .	Hair	ഹെയർ .
വയർ .	Belly	ബെല്ലി .
വായി .	Mouth	മൌത്ത് .
വിരൽ .	Finger	ഫിങ്കർ .
ശരീരം .	Body	ബൊഡി .
ശ്വാസനാഡികൾ	Lungs	ലങ്ങ്സ
ഹൃദയം .	Heart	ഹാട്ട് .

11. Good qualities.

സുകൃതങ്ങൾ

അനുസരണം .	Obedience.	ഒബീഡ്യൻസ് .
ഔദാര്യശീലം .	Generosity.	ജെനെറൊസിററി .
ജ്ഞാനം .	Wisdom.	വിസ്ഡം .

ധൈര്യം. പരാക്രമം	Valour.	വേലർ.
നന്ദി.	Gratitude.	ഗ്രെററിററ്യൂഡ്.
നാഗരികം. മര്യാദ	Civility.	സിവിലിററി.
നിഷ്കളങ്കം.	Innocence.	ഇന്നൊസൻസ്
പരമാർത്ഥം.	Honesty.	ഹൊനെസ്ററി.
പരിപാകം.	Temperance.	ടെമ്പെരൻസ്.
പാതിവ്രത്യം.	Chastity.	ചെസ്ററിററി.
പ്രിയം.	Love.	ലവ്.
പ്രീതിഭാവം.	Affability.	എഫെബിലിററി.
മിതം.	Moderation.	മോഡറെഷൻ.
വാത്സല്യം.	Affection.	എഫെക്ഷൊൻ.
വിശ്വാസയോഗ്യത.	Fidelity.	ഫിഡെലിററി.
വിവെകം.	Prudence.	പ്രൂഡൻസ്.
സാമർത്ഥ്യം.	Ability.	എബിലിററി.
സ്നേഹം.	Friend ship.	ഫ്രെൻഡ്ഷിപ്
ക്ഷമ.	Patience.	പേഷൻസ്.

12. Bad qualities.

ദുരിതങ്ങൾ

അത്യാഗ്രഹം	Covetousness.	കവെററസ്നെസ്സ്
അനുസരണക്കേട്	Disobedience.	ഡിസൊബീഡ്യൻസ്
അസൂയ.	Envy.	എൻവി.
അഹംഭാവം	Pride.	പ്രൈഡ്.
അനാചാരം.	Incivility.	ഇൻസിവിലിററി.
അവിവേകം ധാർഷ്ട്യം	Imprudence.	ഇംപ്രൂഡൻസ്.
അന്യായപലിശ.	Usury.	യൂഷ്യൂരി.
ഈർഷ്യ.	Malicc.	മേലീസ്.
കോപം.	Anger.	ഏങ്കർ.
ക്രൂരത	Cruelty	ക്രൂഎൽററി.

ചതി .	Deceit.	ഡിസീററ് .
ഞെളുതപ്പിതം .	Arrogance.	എറൊഗെൻസ് .
നീരസഭാവം –	Affront.	എഫ്രൊണ്ട്
ഭയശീലം .	Timidity.	ടിമിഡിററി .
മടി .	Laziness.	ലെസിനസ്സ് .
മുഖപ്രശംസ .	Flattery.	ഫ്ലേററി .
വിശ്വാസമില്ലായ്മ .	Faithlessness.	ഫെയിത്ത്ലെസ്സ്നസ്സ്
ശഠത .	Obstinacy.	ഒബ്സ്റ്റിനെസ്സി
ശൂന്യം .	Vanity	വേനിററി .

13. Articles of dress

വസ്ത്രങ്ങൾ

ഉറുമാൽ .	Handkerchief.	ഹെൻഡ് കെച്ചീഫ്
കാലുറ .	Sock.	സോക്സ് .
കാൽകുപ്പായം .	Trowsers.	ട്രൌസസ് .
കുപ്പായം .	Coat	കോട്ട് .
ചെറുകുപ്പായം :	Jacket.	ജേക്കററ് .
ചെരിപ്പ് .	Shoe.	ഷൂ .
തലപ്പാവ് .	Turban	ടർബൻ .
തുണി .	Cloth	ക്ലോത്ത് .
തൊപ്പി .	Hat	ഹേററ് .
പുറംതോലില്ലാത്ത. ചെരിപ്പ് .	Slipper	സ്ലിപ്പർ .
പുരുഷന്റെ ഉൾക്കുപ്പായം .	Shirt	ഷർട്ട് .
മഴവൻകുപ്പായം .	Mantle or cloak.	മെൻററൽ – ക്ലോക്ക്
മുട്ടുചെരിപ്പ് .	Boot.	ബൂട്ട്
സ്ത്രീകളുടെ മെലുടുപ്പ്	Gown	ഗൌൺ .
സ്ത്രീകളുടെ തൊപ്പി	Bonnet	ബോണററ് .

14. Ornaments.

ആഭരണങ്ങൾ

അരഞ്ഞാണം .	Girdle.	ഗഡിൽ .
ആഭരണം .	Trinket	ട്രിൻകെററ് .
കാതില - കടുക്കൻ	Ear-ring.	ഈയർറിങ്ങ് .
കൈവള .	Bracelet	ബ്രെയ്സ്ലെററ് .
ചങ്ങല .	Chain	ചേയിൻ .
മാല .	Neck lace	നെക്ലേസ്
മോതിരം .	Ring	റിങ്ങ് .

15. Various other articles.

വെറെ ചില സാധനങ്ങൾ

കസവു .	Lace	ലേസ് .
കസേലമെത്ത.	Cushion.	കുഷ്യൻ .
കത്രിക .	Scissors	സിസ്സേഴ്സ്
കളിക്കിണ്ണം .	Basin	ബേസിൻ .
കുട .	Umbrella	അംബ്രെല .
കിടക്ക .	Bed	ബെഡ് .
ചീപ്പു .	Comb	കോംബ് .
തലയണ .	Pillow	പില്ലോ .
തലയണഉറ .	Pillow case	പില്ലോകേസ്
തിരശ്ശീല .	Curtain	കട്ടേൻ .
ഉറുമാല .	Towel	ടൌവൽ .
നൂൽ .	Thread	ത്രെഡ് .
പായ .	Mat	മേററ് .
മുഖക്കണ്ണാടി .	Looking glass-Mirror	ലുക്കിങ്ങ്ഗ്ലാസ്സ്-മിറർ
മെഴുകുതിരി	Candle	കേൻഡിൽ .

മെത്ത .	Mattress	മേത്രെസ്സ് .
മേല്വിരിപ്പു .	Counterpane	കൌണ്ടർപ്പേൻ .
മൊട്ടുസൂചി .	Pin	പിൻ .
വടി .	Walking stick	വാക്കിങ്ങ്സ്റ്റിക്ക് .
വിശറി .	Fan	ഫേൻ .
സൂചി .	Needle	നീഡിൾ .

16. For the table.

ഭക്ഷണമേശമെൽവെക്കുന്ന സാധനങ്ങൾ .

അന്നപാത്രം .	Porringer	പോറിഞ്ചർ .
ഉപ്പുപാത്രം .	Salt cellar	സോൾട്ട് സെല്ലർ .
എണ്ണചൊറുക്കമുതലായ്വയിടുന്ന കുപ്പി .	Cruet	ക്രൂട്ട് .
കത്തി .	Knife	നൈഫ് .
കടുപാത്രം .	Mustard pot	മസ്റ്റർഡ് പോട്ട് .
കപ്പിപാത്രം .	C ffee-pot	കോഫിപോട്ട്
കയ്യിൽ .	Spoon	സ്പൂൺ .
കുപ്പി .	Bottle	ബോട്ടിൾ .
കൈകഴുകുന്ന പാത്രം .	Finger glass	ഫിങ്കർഗ്ലാസ്സ് .
കോപ്പ .	Cup	കപ്പ് .
ചായപാത്രം .	Tea-pot	ടീപ്പോട്ട് .
ചെറുതളികപിഞ്ഞാണം .	Saucer	സോസ്സർ .
ചെറുപളുങ്കുപാത്രം .	Wine glass	വൈൻഗ്ലാസ്സ് .
തളികപിഞ്ഞാണം .	Dish	ഡിഷ് .
മുള്ള .	Fork	ഫോർക്ക് .
വസ്സി .	Plate	പ്ലേറ്റ് .
വലിയപളുങ്കുപാത്രം .	Tumbler	ടംബ്ലർ .

17. Eatables.
ഭോജ്യങ്ങൾ.

അപ്പം .	Bread	ബ്രെഡ്.
അരി .	Raw rice	റൊ റൈസ് .
അച്ചാറ .	Pickle	പിക്കിൾ.
ആട്ടിറച്ചി .	Mutton	മട്ടൻ .
ഉപ്പിട്ടപന്നിയിറച്ചി .	Bacon	ബെക്കൻ .
കല്ക്കണ്ടി .	Sugar candy	ശ്യുഗൎക്കെന്ഡി
ഗോമാംസം .	Beef	ബീഫ് .
കൂട്ടാൻ .	Curry	കറി .
ചാർ .	Sauce	സോസ് .
ചോറു .	Boiled rice	ബോയില്ഡ് റൈസ്
തേൻ .	Honey	ഹണി .
നെയ് .	Ghee	ഗീ .
പഞ്ചസാര .	Sugar	ശ്യുഗർ .
പന്നിഇറച്ചി .	Pork	പോൎക്ക്
പഴം .	Fruit	ഫ്രൂട്ട് .
മത്സ്യം .	Fish	ഫിഷ് .
മധുരസാധനങ്ങൾ .	Sweets	സ്വീറ്റ്സ് .
മാനിറച്ചി .	Venison	വെനിസൻ .
മാംസം .	Flesh	ഫ്ലെശ് .
മുട്ട .	Egg	എഗ്ഗ് .
മോർ .	Butter milk	ബട്ടൎമിൽക്ക് .
വെണ്ണ .	Butter	ബട്ടർ .
ശൎക്കര .	Jaggery	ജെഗറി .

18. Seasoning Spices &c.
കറിമസ്സാലമുതലായതു

അയമോതകം .	Carraway seed	കെറവെയിസീഡ്

ഇഞ്ചി .	Ginger	ജിഞ്ചർ .
ഉള്ളി .	Union	അണിയൻ .
ഉപ്പു .	Salt	സോൾട്ട് .
ഏലത്തരി .	Cardamom	കാഡ്മം .
കറയാമ്പു .	Clove	ക്ലോവ് .
കറപ്പത്തൊല .	Cinnamon	സിന്നെമൻ .
കടു .	Mustard	മസ്ടഡ്
കുരുമൊളക .	Pepper	പെപ്പർ .
കൊത്തമ്പാലരി .	Coriander	കൊറിയെൻഡർ .
ചൊറക്ക .	Vinegar	വിനിഗർ .
ജാതിക്ക .	Nutmeg	നട്ട്മഗ്ഗ് .
ജാതിപത്രി .	Mace	മേസ്സ് .
ജീരകം .	Cumin	ക്യുമിൻ .
നെയി . വിളക്ക .	Oil	ഓയിൽ .
പന്നിനെയ്‌ .	Hog's lard	ഹൊഗ്സ് ലാഡ് .
പുളിനാരങ്ങ .	Lime	ലൈം .
മഞ്ഞൾ .	Safron	സേഫ്രൻ .
മുളക .	Chilly	ചില്ലി .
വെള്ളുള്ളി .	Garlic	ഗാർലിക് .
സുഗന്ധവൎഗ്ഗം	Spices	സ്പൈസസ്സ് .

19. BEVERAGE.

പാനം.

കപ്പി .	Coffee.	കോഫി .
ചായ .	Tea.	ടീ .
പാൽ .	Milk	മിൽക്ക്.
പാനകം .	Lemonade	ലെമൊനേഡ് .
മധുരപാനീയം .	Liqueur	ലിക്യുർ .

വീഞ്ഞു .	Wine	വൈൻ .
വെള്ളം .	Water	വാട്ടർ .

20. Dignity Ranks.

സ്ഥാനങ്ങൾ.

ഏകചക്രാധിപതി .	Monarch.	മോണാർക്ക്
കാര്യസ്ഥൻ .	Secretary	സെക്രട്ടരി .
ജന്മി .	Land lord	ലെന്റ്ലോഡ് .
നാഥൻ .	Lord	ലോഡ് .
ന്യായാധിപതി .	Judge	ജഡ്ജ് .
പ്രഭു .	Prince	പ്രിൻസ് .
മഹാരാജാവു . ചക്രവർത്തി . .	Emperor	എംപരർ .
മഹാരാജ്ഞി .	Empress	എംപ്രെസ്സ് .
രാജാവു .	King	കിങ്ങ് .
രാജ്ഞി .	Queen	ക്വീൻ .
രാജാവിന്നു പകരം. രാജാധികാരത്തോടു വാഴുന്നവൻ .	Viceroy	വൈസ്രോയി .
രാജകുമാരി .	Princess	പ്രിൻസെസ്സ് .
സംസ്ഥാനാധിപതി	Governor	ഗവർണ്ണർ .
സേനാധിപതി	General	ജെനറൽ .

21. Profession or Treade.

തൊഴിലുകൾ.

അപ്പക്കാരൻ .	Baker	ബേക്കർ .
ആശാരി.	Carpenter	കാർപ്പെന്ററർ.
ഉപാദ്ധ്യായൻ.	School master	സ്കൂൾ മാസ്റ്റർ .

എഴുത്തുകാരൻ	Clerk or writer.	ക്ലാർക്ക് — റയിട്ടർ
കവിതക്കാരൻ .	Poet.	പോഎററ് .
കല്പണിക്കാരൻ .	Mason	മേസൻ .
കസായി .	Butcher	ബുച്ചർ .
കച്ചവടക്കാരൻ .	Merchant	മെർച്ചെൻററ് .
കടച്ചക്കാരൻ .	Turner	ടർണ്ണർ .
കുതിരക്കാരൻ .	Horse-keeper; groom.	ഹോഴ്സ്കീപ്പർ — ഗ്രൂം .
കുശവൻ .	Potter	പോട്ടർ .
കുസിനിക്കാരൻ .	Cook	കുക് .
കൃഷിക്കാരൻ .	Cultivator	കൾട്ടിവേററർ .
കൊത്തുപണിക്കാരൻ	Sculptor	സ്കൾപ്റ്റർ .
കൊല്ലൻ .	Blacksmith	ബ്ലേക്‌സ്മിത്ത് .
ഘടിയാരം തീർക്കുന്നവൻ .	Watchmaker.	വാച്ചുമേക്കർ .
ഗണിതശാസ്ത്രി .	Astronomer.	എസ്ട്രോണമർ .
ചാലിയൻ .	Weaver.	വീവർ .
ചിത്രക്കാരൻ .	Painter.	പെയിൻട്ടർ .
ചെമ്പുകൊട്ടി .	Coppersmith.	കോപ്പർസ്മിത്ത് .
ചെണ്ടക്കാരൻ .	Drummer.	ഡ്രമ്മർ .
ചെരിപ്പുകുത്തി .	Shoemaker.	ശൂമേക്കർ .
ജ്യോതിഷക്കാരൻ .	Astrologer.	എസ്ട്രോളൊജർ .
തട്ടാൻ .	Goldsmith.	ഗോൾഡ്സ്മിത്ത് .
തുന്നക്കാരൻ .	Tailor.	ടേയിലർ .
ദൂതൻ .	Messenger.	മെസ്സഞ്ചർ .
ധാത്രി — ശിശുക്കളെ പോററുന്നവൾ	Nurse.	നഴ്സ് .
പട്ടക്കാരൻ .	Peon	പ്യൂൺ .
പുസ്തകശാലവിചാരക്കാരൻ .	Librarian	ലൈബ്രേര്യൻ .
മുക്കുവൻ .	Fisherman	ഫിശർമേൻ .

വണ്ടിക്കാരൻ .	Coachman	കോച്ച്മേൻ .
വണ്ണാത്താൻ .	Washerman	വാഷർമേൻ .
വൈദ്യൻ .	Physician or Doctor	ഫിസിശ്യൻഡൊക്ടർ
ശാസ്ത്രജ്ഞൻ .	Lawyer	ലോയ്യർ .
ശില്പാശാരി .	Architect	ആർക്കിട്ടെക്ക്റ്റ് .
ക്ഷൌരക്കാരൻ .	Barber	ബാർബ്ബർ .

23. Maladies.

രോഗങ്ങൾ

അതിസാരം .	Diarrhea	ഡൈഎറിയ .
അഗ്നിക്കരപ്പൻ .	Ersipelas	എസ്സിപ്പെലസ്സ് .
എക്കക്കര .	Hooping cough	ഹൂപ്പിങ്ങ്കൊഫ് .
കുഷ്ഠരോഗം .	Leprosy	ലെപ്രൊസി .
കര .	Cough	കോഫ് .
ഗ്രഹണി .	Dysentery	ഡിസെൻട്ടറി .
ചെങ്കണ്ണ .	Sore-eye	സോർഐ .
തലവേദന .	Head-ache	ഹെഡേക് .
തലചുറ്റൽ .	Giddiness	ഗിഡിനസ്സ് .
ദഹനക്കേട .	Dyspepsy	ഡിസ്പെപ്സി .
നെഞ്ചുനോവ .	Chest-pain	ചെസ്റ്റ് പെയിൻ .
നെഞ്ചടപ്പ — കാസശ്വാസം . . .	Asthma	എസ്ത്മ .
പല്ലുനോവ .	Tooth-ache	ടൂത്തെക് .
പനി — ജ്വരം .	Fever	ഫീവർ .
പുണ്ണ .	Sore	സോർ .
പിത്തക്കാമില .	Jaundice	ജൊണ്ടിസ്സ് .
പിത്തം .	Bile	ബൈൽ .
മൂലരോഗം . അരിശസ്സ . .	Piles	പൈൽസ .
മൂത്രകൃച്ഛ്രം .	Strangury	സ്ട്രെങ്ക്യുറി .

മൂത്രവാച്ച .	Diabetes	ഡയെബിററിസ്സ് .
വയറുനൊവു .	Belly-ache	ബെല്ലിഎക്ക് .
വസൂരി .	Small-pox	സ്മോാൾപോക്സ് .
വായുരോഗം .	Flatulency	ഫ്ലേട്ട്യുലെൻസി .
വാതപ്പുല്ലാന്ത്രം·ക്രച്ചൽ	Colic	കോളിക്ക് .
വാതം .	Rheumatism	റ്യുമെററിസം .
വിഷൂചിക — ഛൎദ്ദ്യ തിസാരം . .	Cholera	കൊളെറാ .
സന്നി .	Apoplexy	എപ്പൊപ്ലെക്സി .
ക്ഷയം .	Consumption.	കൊൺസംപ്ഷൻ.

24. Remedies

ആരോഗ്യരക്ഷകൾ

ആവിണക്കെണ്ണ .	Castor-oil.	കേസ്റ്റർ · ഓയിൽ .
ഉറക്കമുണ്ടാക്കുന്നമരുന്നു . . .	Opiate	ഓപിഎററ് .
കഷായം .	Decoction	ഡികൊക്ക്ഷൻ .
കവിൾകൊള്ളുവാനുള്ളഔഷധം .	Gargarism	ഗാൎഗ്ഗരിസം .
ഗുളിക .	Pills	പിൽസ് .
ഛൎദ്ദിപ്പാനുള്ളഔഷധം	Emetic	എമെററിക്ക് .
തൈലം .	Ointment	ഓയിൻററ്മെൻററ്
പത്ഥ്യം .	Diet	ഡയെററ് .
മരുന്നു .	Medicine	മെഡിസിൻ .
മലശൊധനക്കുള്ളമരുന്നു . .	Purgative	പൎഗ്ഗെററിവ് .
മാട്ടവമുള്ളമരുന്നു	Poltice	പോൾട്ടിസ്സ് .
മുറിമരുന്നു .	Plaster	പ്ലേസ്റ്റർ .

വ്രണങ്ങളിലിടുന്നമ യമുള്ളശീല	Lint	ലിന്റ്.
സ്നാനം. കളി	Bath	ബാത്ത്.

25. Parts of a town.

നഗരഭാഗങ്ങൾ

ആസ്പത്രി.	Hospital	ഹോസ്പിട്ടൽ
കോട്ട.	Fort	ഫോർട്ട്
കോട്ടക്കുഴി.	Moat	മോട്ട്.
കോവിലകം.	Palace	പേലെസ്സ്
ചന്ത.	Market	മാർക്കെറ്റ്.
ചുങ്കപ്പുര.	Custom house	കസ്റ്റംഹൌസ്സ്
തടവുസ്ഥലം.	Gaol, or jail	ജെയിൽ.
തെരുവു.	Street	സ്ട്രീറ്റ്.
പള്ളി.	Church	ചർച്ച്.
പാണ്ടികശാല.	Ware house	വേർഹൌസ്സ്.
പാലം.	Bridge	ബ്രിഡ്ജ്.
പീടിക.	Shop	ഷോപ്പ്.
ബങ്കളാവു.	Bangalow	ബങ്കെലൊ.
മദ്യസ്ഥലം.	Tavern	ടേവറൻ.
മാപ്പിളപ്പള്ളി.	Mosque	മോസ്ക്.
വഴിയമ്പലം.	Hotel	ഹോട്ടെൽ.
സത്രം.	Inn	ഇൻ.
ക്ഷേത്രം.	Pagoda	പെഗോഡ.

26. Parts of a house.

ഭവനഭാഗങ്ങൾ

അടുക്കള — കുസിനി	Kitchen	കിച്ചെൻ.

അഗ്രശാല	Parlour	പാർളർ
ആപ്പ്	Wedge	വെഡ്ജ്
ആണി	Nail	നെയിൽ
ഇറ (പുരയുടെ)	Eaves	ഈവ്സ്
ഇഷ്ടിക	Brick	ബ്രിക്ക്
ഉറങ്ങുന്നമുറി	Bed room	ബെഡ്റൂം
ഉത്തരം	Beam	ബീം
ഓടു	Tile	ടൈൽ
ഓല	Cadjan	കേഡ്ജൻ
കല്ലു	Stona	സ്റ്റോൺ
കഴുക്കോൽ	Rafter	റേഫ്റ്റർ
കാററുകൊള്ള	Ventilation	വെൻററിലെഷൻ
കിളിവാതിൽ	Window	വിൻഡൊ
കിളിവാതിൽപലക	Shutter	ഷട്ടർ
കുമ്മായം . നൂറു	Chunnam	ചുണ്ണാം
കൊക്ക	Hook	ഹുക്ക്
ചാണം	Cow-dung	കൌഡങ്ങ്
ചുമര	Wall	വാൾ
താക്കോൽ	Key	കീ
തൂൺ	Pillar	പില്ലർ
ധാന്യപത്തായം, കളപ്പുര	Granary	ഗ്രെനെറി
നിലം	Floor	ഫ്ലോർ
പലക	Board	ബോഡ്
പാണ്ടികശാല	Godown	ഗൊഡൌൺ
പുറംതിണ്ണ	Terrace	ടെറേസ്സ്
പൂട്ട	Lock	ലോക്ക്
ഭക്ഷണശാല	Refectory	റിഫെക്ടൊറി
മാളികയുടെനിലം	Story	സ്റ്റൊറി
മാളിക	Gallery	ഗെല്ലറി

മുറി .	Room, apartment	റൂം, എപ്പാട്ട്മെൻറ്
മൂല .	Corner	കോൎണ്ണർ .
മേൽപുര .	Roof	റൂഫ് .
മേത്തട്ട് . മച്ച്	Ceiling	സീലിങ്ങ് .
വാരി .	Reaper	റീപ്പർ .
വാതിൽ .	Door	ഡോർ .
വിജാവരി .	Hinge	ഹിഞ്ജ .
ശാല .	Hall	ഹോാൾ .
സാക്ഷാ .	Bolt	ബോാൾട്ട് .

27. Furniture.

വീട്ടുസാമാനങ്ങൾ

അളമാരി .	Cup-board; almirah	കബ്ബോഡ് അൾമൈറ
ഇരിക്കക്കട്ടിൽ .	Sofa	സോഫാ .
ഒരുഭാഗത്തുവെച്ചിരിക്കുന്നമേശ . .	Side-board	സൈഡ്ബോഡ് .
കസേല .	Chair	ചെയർ .
കട്ടിൽ .	Cot	കോട്ട് .
ചാമ്പ്രമേശ .	Writing desk	റൈററിങ്ങ്ഡെസ്ക്
ചാരുതലയണ കസേലമെത്ത .	Cushion	കുഷ്യൻ .
ചിത്രം .	Picture	പിക്ചർ .
തിരശ്ശീല .	Curtain	കട്ടേൻ .
തോല്പെട്ടി .	Trunk	ട്രങ്ക് .
തൊട്ടിൽ .	Cradle	ക്രേഡിൾ .
പടം . ചെവരക്കാളം .	Carpet	കാപ്പെറ്റ് .
പായി .	Mat	മേററ് .
പീഠം .	Stool	സ്ടൂൾ .
പെട്ടി .	Box	ബോക്സ് .

ഭക്ഷണസാധനങ്ങൾവെക്കുന്നഅലമാരി	Meat safe	മീററ് സേഫ്
മേശ	Table	ടേബിൾ
മെക്കട്ടി	Canopy	കെനൊപ്പി
വലിപ്പുപെട്ടി	chest of drawers	ചെസ്റ്റ് ഓഫ് ഡ്രോവാഴ്സ്
വസ്ത്രംവെക്കുന്നതട്ട	clothes'-horse	ക്ലോസ് ഹൊഴ്സ്
വിളക്ക	Lamp	ലെംപ്

28. CULINARY UTENSILS.

കുസിനിസാമാനങ്ങൾ

അടുപ്പ	Stove	സ്റ്റൊവ്
അപ്പംചുടുന്നഅടുപ്പ	Oven	ആവെൻ
ഇറച്ചികുത്തിചുടുന്നഇരിമ്പുകോൽ	Spit	സ്പിററ്
ഇരിമ്പുചട്ടുകം	Shovel	ഷവിൾ
ഉറി	Pot-hanger	പോട്ട് ഹെങ്ങർ
ഉരൽ	Mortar	മോട്ടർ
ഉലക്ക	pestle	പെസ്ടൽ
കത്തി	Knife	നൈഫ്
കരി	Charcoal	ചാർക്കോൾ
കയ്യിൽ	Ladle	ലെഡിൽ
കയറ	Rope	റോപ്
കുഴൽ — നാളം	Funnel	ഫണ്ണൽ
ചുഴക്കൊൽ	Poker	പോക്കർ
ചെരം	Iron scraper	ഐരൻസ്ക്രേപ്പർ
ചെമ്പുപാത്രം	Copper pot	കോപ്പർപോട്ട്

ജലപാത്രം .	Pitcher	പിച്ചർ .
തീയൂതുന്നതി .	Bellows	ബെല്ലോസ് .
തീക്കൊള്ളി .	Fire brand	ഫയർബ്രേൻഡ് .
തുലാസ് .	Scales	സ്കേൽസ് .
ദ്രാവകാദികളെ റെവീഴ്ത്തുവാനുള്ള പാത്രം .	Dripping pan	ഡ്രിപ്പിങ്ങ്പേൻ .
പാള .	Bucket	ബക്കെറ്റ് .
പാടഎടുക്കുന്നതിനുള്ളകയ്യിൽ .	Skimmer	സ്കിമ്മർ .
പുക .	Smoke	സ്മോക് .
പുകദ്വാരം .	Chimney	ചിംണി .
ഭരണി .	Jar	ജാർ .
മൺപാത്രം .	Earthen ware	എർതെൻവെർ .
മാച്ചിൽ .	Broom	ബ്രൂം .
മുറം .	Sieve or bolter	സീവ് . ബോൾട്ടർ .
മൂടി .	Lid	ലിഡ് .
വറവുചട്ടി	Frying pan	ഫ്രയ്യിങ്ങ്പേൻ .
വിറക .	Fire wood	ഫൈൎവുഡ് .
വെള്ളംതിളപ്പിക്കുന്നപാത്രം .	Kettle	കെററിൽ .

29. Animals.

Quadrupeds.

നാല്ക്കാലികൾ

ആന .	Elephant	എലിഫെൻറ് .
എരുതു .	Bull	ബുൾ .
എലി .	Rat	റെററ് .
ഒട്ടകം .	camel	കേമൽ .
കരടി .	Bear	ബേർ .

കഴുതപ്പുലി .	Hyæna	ഹയെന .
കഴുത .	Ass.	എസ്സ് .
കടൽപന്നി .	Porpoise	പോൎപ്പസ്സ് .
കീരി .	Mungoose.	മങ്ങൂസ്സ് .
കുതിര ;	Horse	ഹോസ്സ് .
കുരങ്ങു .	Monkey	മങ്കി .
കുറുക്കൻ .	Jackal	ജെക്കാൾ .
കോലാടു .	Goat	ഗോട്ട് .
കോലാട്ടിൻകുട്ടി .	Kid	കിഡ് .
ചുണ്ടെലി .	Mouse	മൌസ് .
ചെടയാടു .	Sheep	ഷീപ്പ് .
ചെടയാട്ടിൻകുട്ടി .	Lamb	ലെംബ് .
ചെന്നായി	Wolf	വുൾഫ് .
നരി .	Tiger	ടൈഗർ .
നായി .	Dog	ഡൊഗ്ഗ് .
നായിക്കുട്ടി.	Puppy	പപ്പി .
പശു .	Cow.	കൌ .
പശുക്കിടാവു .	Calf	കാഫ് .
പട്ടി .	Bitch	ബിച്ച് .
പന്നി .	Hog	ഹൊഗ്ഗ് .
പുലി .	Leopard	ലെപ്പഡ് .
പൂച്ച .	Cat	കെററ് .
പൂച്ചക്കുട്ടി .	Kitten	കിററൻ
മാൻ .	Deer	ഡിയർ .
മുള്ളൻ .	Porcupine	പൊർക്യുപ്പൈയിൻ .
വാലില്ലാത്തകുരങ്ങു.	Ape	എപ്പ് .

30. Birds.
പക്ഷികൾ

അരയന്നം .	Swan	സ്വാൻ .

ആതി .	Duck	ഡക്ക് .
മുയൽ .	Rabbit	റെബിറ്റ് .
കാരെള .	Sparrow	സ്പെറൊ .
എരണ്ട .	Teel	ടീൽ .
ഒട്ടകപക്ഷി .	Ostrich	ഒസ്ട്രിച്ച .
കടവാതിൽ .	Bat	ബെറ്റ്
കാക്ക .	Crow	ക്രൊ .
കൃഷ്ണകാക്ക .	Raven	റെവൻ .
കോഴികുട്ടി .	Chicken	ചിക്കെൻ .
തത്ത .	Parrot	പെരൊട്ട് .
പരുന്തു .	Kite	കൈറ്റ്
പാത്താ .	Goose	ഗ്രൂസ് .
പിടക്കൊഴി .	Hen	ഹെൻ .
പുള്ളിൻപെട .	Sparrow-hawk	സ്പെറൊഹൊക് .
പൂവൻകൊഴി .	Cock	കൊക് .
പ്രാവു .	Pigeon	പിജ്യൻ .
മയിൽ .	Pea-cock	പീക്കൊക് .
മരങ്കൊത്തി .	Woodpecker	വൂഡ് പെക്കർ .
മൂങ്ങാ . നത്താ	Owl	ഔൽ .
വാനംപാടി .	Lark	ലാർക്ക് .

31. Amphibious animals.

വെള്ളത്തിലുംകരയിലുംവസിക്കുന്നജീവികൾ

ആമ .	Tortoise	ടൊട്ടൊയ്സ് .
കഴുനായി .	Otter	ഒട്ടർ .
ചീങ്കണ്ണി .	Crocodile	ക്രൊക്കൊഡൈൽ .
തവള .	Frog	ഫ്രൊഗ്ഗ് .
നീർനായി .	Beaver	ബീവർ .
പെക്കാന്തവള .	Toad	ടൊഡ് .

32. Reptiles and Insects.

ഇഴയുന്നജന്തുക്കളുംകൃമികളും

അട്ട .	Leech	ലീച്ച് .
അരണ .	Salamander	സെലമെൻഡർ .
ഉറുമ്പു .	Ant	ആന്റ്
ഉടുമ്പു .	Guana	ഗ്വാന.
ഓന്ത് .	Blood-sucker	ബ്ലഡ് സക്കർ
കമ്പിളിപ്പുഴു .	Caterpillar	കേറ്റർപില്ലർ.
കൂറ .	Cockroach	കൊക്രോച്ച് .
കൃമി .	Worm	വാം .
കൊതുക (പ്രാണികൾ.	Musquito	മസ്ക്കിറ്റൊ .
ചെള്ള .	Flea	ഫ്ലീ .
ചേരട്ട .	Centipede	സെന്റിപ്പീഡ്
തുള്ളൻ .	Grass hopper	ഗ്രേസ്ഹോപ്പർ
തേനീച്ച	Bee	ബീ .
നീർക്കോലി.	Water-snake	വാട്ടർസ്നേക്ക് .
പല്ലി .	Lizard	ലിസഡ് .
പാമ്പു .	Snake	സ്നേക്ക് .
പാപ്പാത്തി.	Butter-fly	ബട്ടർഫ്ലൈ.
പെരുമ്പാമ്പു .	Cobra	കോബ്രാ .
പേൻ .	Louse	ലൌസ് .
മിന്നാമിനുങ്ങി.	Fire-fly	ഫയർഫ്ലൈ .
മൂട്ട .	Bug	ബഗ് .
വണ്ണാൻ .	Spider	സ്പൈഡർ .
വണ്ട .	Beetle	ബീറ്റിൾ .
സൎപ്പം.	Serpent	സൎപ്പെന്റ് .

33. Trees and Shrubs.

വൃക്ഷങ്ങളുംചെടികളും

അത്തിമരം .	Fig tree	ഫിഗ്ട്രീ .
ആൽമരം .	Banian tree	ബേനിയൻട്രീ .

ഇലകൾ .	Leaves	ലീവ്സ് .
ഉറുമാൻമരം .	Pomegranate tree	പൊമിഗ്രെനേറ്റ്ട്രി .
കരിമരം .	Black wood	ബ്ലേക്ക്‌വുഡ് .
കാപ്പിമരം .	Coffee tree	കോഫിട്രി.
കവുങ്ങുമരം	Nut tree	നട്ട്ട്രി .
കൊമ്പു .	Branch	ബ്രേൻച്
ചന്ദനമരം .	Sandal wood tree	സേൻഡൽവുഡ്ട്രി
ചെടി .	Shrub	ഷ്രബ് .
തെങ്ങു .	Cocoanut tree	കൊക്കൊനട്ട്ട്രി .
തേക്കുമരം .	Teak wood	ടീക്ക്‌വുഡ് .
പനമരം .	Palmyra tree	പൽമിറെ .
പഴം .	Fruit	ഫ്രൂട്ട്
പറങ്കിമാവു .	Cashewnut tree	കേഷ്യുനട്ട്ട്രി
പിലാവു .	Jack tree	ജേക്ക്ട്രി .
പുഷ്പം .	Flower	ഫ്ലവർ .
പുളിമരം .	Tamarind tree	ടേമറിൻഡ്ട്രി .
പുളിനാരങ്ങമരം .	Lime tree	ലൈംട്രി .
പുകയില .	Tobaccao	ടൊബേക്കൊ .
മധുരനാരങ്ങമരം	Orangetree	ഓറൻജ്ട്രി .
മാവു .	Mango tree	മേങ്കൊട്രി .
മുള .	Bamboo	ബേമ്പു .
വാഴ .	Plantain tree	പ്ലേൻറൻട്രി .
വൃക്ഷം .	Tree	ട്രി .

34. Fruits and flowers.

ഫലപുഷ്പാദികൾ

അവര .	Bean	ബീൻ .
അലസിപ്പൂ .	peacock's pride	പീക്കൊക്ക്സ്പ്രൈഡ് .
ഈത്തപ്പഴം .	Dates	ഡേറ്റ്സ് .

മഞ്ഞനിറം ·	Yellow	യെല്ലൊ
വെളുപ്പു ·	White	വൈറ്റ് ·

36. Metals and minerals.

ലോഹാദികൾ

ഇരിമ്പു ·	Iron	ഐറൻ ·
ഈയ്യം ·	Lead	ലെഡ് ·
ചെമ്പു ·	Copper	കോപ്പർ ·
തകരം ·	Tin	ടിൻ ·
തമ്പാക്കു	Pinch-beck	പിഞ്ചിബെക്ക് ·
തുത്തനാകം ·	Zinc	സിങ്ക് ·
പിത്തള ·	Brass	ബ്രാസ്സ് ·
പൊന്നു ·	Gold	ഗോൾഡ് ·
രസം ·	Quick-silver	ക്വിക്സിൽവർ ·
വെള്ളി ·	Silver	സിൽവർ ·
വെള്ളോട ·	Pewter	പ്യൂടർ

Precious stones

രത്നക്കല്ലുകൾ

ഇന്ദ്രനീലക്കല്ലു ·	Sapphire	സെഫൈർ ·
പത്മരാഗം ·	Ruby	റുബി ·
പവിഴം .	Coral	കോറെൽ ·
പുഷ്യരാഗം ·	Topaz	ടോപ്പെസ് ·
മരതകക്കല്ലു ·	Emerald	എമറാൾഡ്
മുത്തു ·	Pearl	പെറൽ ·
വൈരം ·	Diamond	ഡയെമൺഡ്
വൈഡൂര്യം ·	Onyx	ഓണിക്സ് ·

37. Riding.
സവാരി

അങ്കവടി .	Stirrup	സ്ററപ്പ് -
കടിഞ്ഞാൺ .	Bridle	ബ്രിഡിൾ .
കടിയിരിമ്പു .	Bit	ബിററ്
കതിരമുള്ള .	Spur	സ്പുർ .
ചവൊക്കം .	Whip	വിപ് .
ജീനി .	saddle	സെഡിൾ .

38. Writing materials, etc.
എഴുത്തുസാധനങ്ങൾ

അരക്കു .	Sealing wax	സീലിങ്ങ്വൊക്സ്
കടലാസ്സ് .	Paper	പെപ്പർ .
കുപ്പി .	Bottle	ബൊട്ടിൽ .
തൂവൽ .	Pen	പെൻ .
പശ .	Gum	ഗം .
പൂഴി .	sand	സെൻഡ്
പൂഴിപ്പെട്ടി .	sand box	സെൻഡ്ബൊക്സ്
പേനക്കത്തി .	Penknife	പെൻനൈഫ്
മഷി -	Ink	ഇങ്ക്
മുദ്ര .	Seal	സീൽ .

39. Spiritualities.
ആത്മ സംബന്ധ മായിട്ടുള്ളതു

ആത്മാവു .	soul	സോൾ .
ദൈവം .	God	ഗോഡ് .
ദൈവദൂതൻ .	Angel	എഞ്ജെൽ .

ഉറുമാമ്പഴം	Pomegranate	പൊമിഗ്രെനെറ്റ്
ഉരുളകിഴങ്ങ്	Potatoe	പൊട്ടെട്ടൊ
കമ്പിളിപ്പഴം	Mulberry	മൾബെറി
കൂവ	Arrow-root	ഏറൊറൂട്ട്
കൈതച്ചക്ക	Pine-apple	പൈനെപ്പിൾ
ചെമ്പരത്തി	Shoe-flower	ഷൂഫ്ലൌവർ
ചേന	Yam	യാം
താമരപ്പൂ	Lotus	ലോട്ടസ്
പയർ	Peas	പീസ്
പനനീർപുഷ്പം	Rose	റോസ്
ബദാം	Almond	ആമൻഡ്
മധുരനാരങ്ങ	Orange	ഓറെഞ്ച്
മാതളിനാരങ്ങ	Citron	സിട്രൻ
മുന്തിരിങ്ങ	Grapes	ഗ്രേപ്സ്
മുല്ലപ്പൂ	Jasmine	ജെസ്മിൻ
വത്തക്ക	Melon	മെലൻ
വാഴപ്പഴം	Plantain	പ്ലേൻറെൻ
വിലാത്തിച്ചക്ക	Bread fruit	ബ്രെഡ് ഫ്രൂട്ട്
വെള്ളരിക്ക	Cucumber	ക്യൂകമ്പർ
സസ്യം	Vegetable	വെജിറ്റെബിൾ
സൂര്യകാന്തിപ്പൂ	Sunflower	സൺഫ്ലൌവർ

35. Colours.

വർണ്ണങ്ങൾ

കറുപ്പ്	Black	ബ്ലേക്ക്
ചുകപ്പ്	Red	റെഡ്
തവിട്ടുനിറം	Brown	ബ്രൌൺ
നീലനിറം	Blue	ബ്ലൂ
പച്ചനിറം	Green	ഗ്രീൻ

പുണ്യവാളൻ	Saint	സെയിൻട്ട്
മോക്ഷം	Salvation	സേൽവേഷൻ
സ്വർഗ്ഗം	Heaven	ഹെവൻ

40. Numbers

എണ്ണങ്ങൾ

ഒന്നു	One	വൺ
രണ്ടു	Two	ട്ടു
മൂന്നു	Three	ത്രീ
നാലു	Four	ഫോർ
അഞ്ചു	Five	ഫൈവ്
ആറു	Six	സിക്ക്സ്
ഏഴു	Seven	സെവൻ
എട്ടു	Eight	എയിററ്
ഒമ്പതു	Nine	നയിൻ
പത്തു	Ten	ടെൻ
പതിനൊന്നു	Eleven	ഇലെവൻ
പന്ത്രണ്ടു	Twelve	ട്വെൽവ്
പതിമൂന്നു	Thirteen	തട്ടീൻ
പതിനാലു	Fourteen	ഫോട്ടീൻ
പതിനഞ്ചു	Fifteen	ഫിഫ്ടീൻ
പതിനാറു	Sixteen	സിക്ക്സ്ട്ടീൻ
പതിനേഴു	Seventeen	സെവൻടീൻ
പതിനെട്ടു	Eighteen	എയിട്ടീൻ
പത്തൊമ്പതു	Nineteen	നൈൻടീൻ
ഇരുപതു	Twenty	ട്വൻടി
മുപ്പതു	Thirty	തട്ടി
നാല്പതു	Forty	ഫോട്ടി
അയിമ്പതു	Fifty	ഫിഫ്ടി

അറുപതു ·	Sixty	സിക്സ്ടി·
എഴുപതു ·	Seventy	സെവൻടി
എമ്പതു ·	Eighty	എയിററി ·
തൊണ്ണൂർ ·	Ninety	നയിൻടി·
നൂർ ·	Hundred	ഹൻഡ്രെഡ് ·
ആയിരം ·	Thousand	തൌസെൻഡ് ·
ലക്ഷം ·	Lac	ലെക് ·
കോടി ·	Crore	ക്രോർ ·

II. Pronouns

പ്രതിസംജ്ഞകൾ

അവൻ ·	He.	ഹീ ·
അവൾ ·	She.	ഷീ ·
അവർ ·	They	ദെയി ·
അതു ·	It.	ഇററ് ·
അവന്റെ ·	His	ഹിസ് ·
അവളുടെ ·	Her	ഹെർ ·
അതിന്റെ ·	Its	ഇററ്സ് ·
അവനെ ·	Him	ഹിം ·
അവരുടെ ·	Their	ദെയർ ·
അവരുടെതു ·	Theirs	ദെയസ് ·
അവളുടെതു ·	Hers	ഹെസ് ·
അവരെ ·	Them	ദെം ·
അതു ·	It	ഇററ് ·
അവ ·	Those	ദോസ്സ് ·
അവൻതന്നെ	Himself	ഹിംസെൽഫ് ·
അവൾതന്നെ ·	Herself	ഹെർസെൽഫ് ·
അതുതന്നെ ·	Itself	ഇറ്റ്സെൽഫ് ·
അവർതന്നെ ·	Themselves	ദെംസെൽവ്സ് ·

ആർ .	Who	ഹൂ .
ആരുടെതു .	Whose	ഹൂസ് .
ആരെ .	Whom	ഹൂം .
ആരെങ്കിലും .	Whoever	ഹൂഎവർ .
ഇതു .	This	ദിസ് .
ഇവ .	These	ദീസ് .
എന്നെ എനിക്കു .	Me	മീ .
എന്റെ .	My	മൈ .
എന്റേതു .	Mine	മൈൻ .
എന്തു .	What	വാട്ട് .
എന്തിന്നു .	Why	വൈ .
എല്ലാം .	All.	ഓൾ .
എന്തെങ്കിലും .	Whatever	വാട്ടെവർ.
ഏതു .	Which	വിച്ച് .
ഏതെങ്കിലും .	Whichever	വിച്ചെവർ .
ഓരോന്നു,	Each	ഈച്ച് .
ഓരോരോ .	Every	എവെറി .
ചിലർ (ചിലവ).	Some	സം .
ഞങ്ങളുടെ .	Our	ഔർ .
ഞങ്ങളുടേതു .	Ours	ഔസ് .
ഞങ്ങൾ .	We	വീ .
ഞങ്ങൾതന്നെ .	Ourselves	ഔർസെൽവ്സ് .
ഞാൻ .	I.	ഐ.
ഞാൻതന്നെ .	Myself	മൈസെൽഫ്
നിങ്ങൾ (നീ).	You	യൂ .
നിങ്ങൾതന്നെ .	Yourself	യൂർസെൽഫ്
മറെറാരുത്തൻ .	Another	എനദർ .
യാതൊരുത്തൻ .	None	നൺ .
രണ്ടിലൊന്നു .	Either	ഈദർ (ഐദർ).
രണ്ടിലൊന്നുമില്ല .	Neither	നീദർ (നയിദർ)

III. Adjectives.

നാമവിശേഷണങ്ങൾ

അല്പം ·	Little	ലിററിൽ.
അധികം .	Much	മച്ച് ·
അഴുക്കുള്ള ·	Dirty	ഡൎട്ടി ·
അത്ഭുതമായുള്ള ·	Wonderful	വണ്ടൎഫുൾ ·
അറിവില്ലാത്ത ·	Ignorant	ഇഗ്നൊറെൻറ് ·
അഹംഭാവമുള്ള ·	Proud	പ്രൌഡ് ·
അസൂയയുള്ള ·	Jealous	ജെലസ് ·
അത്യാഗ്രഹമുള്ള ·	Covetous	കവെററസ് ·
ആ · അതു	That	ദേററ് ·
ഇരുട്ടുള്ള ·	Dark	ഡാൎക്ക് ·
ഇളയ (പച്ച)·	Green	ഗ്രീൻ ·
ഈ · ഇതു	This	ദിസ്സ് ·
ഉരുണ്ട ·	Round	റൌൺഡ് ·
എല്ലാം ·	All.	ഓൾ ·
ഒരു ·	A or an	എ—എൻ
ഓരൊ ,	Each	ഈച്ച് ·
കുറിയ ·	Short	ഷോൎട്ട് ·
ചതിയുള്ള ·	Deceitful	ഡിസീററ്ഫുൾ ·
ചില ·	Some	സം
ചീത്ത ·	Bad	ബേഡ്
ചൂടുള്ള ഉഷ്ണമുള്ള ·	Hot	ഹൊട്ട് ·
ചെറിയ ·	Small	സ്മോൾ ·
തണുപ്പുള്ള ·	Cold	കോൾഡ് ·
താഴ്മയുള്ള ·	Humble	ഹമ്പിൾ ·
തുരുമ്പു(കറ)പിടിച്ച·	Rusty	റസ്ററി ·
ദയയുള്ള	Kind	കൈൻഡ് ·

ദീനമുള്ള	Ill	ഇൽ
ധൈൎയ്യമുള്ള	Brave	ബ്രെവ്
നല്ല	Good	ഗുഡ്
നിൎഭാഗ്യമുള്ള	Unhappy	അൺഹെപ്പി
നീളമുള്ള	Long	ലോങ്ങ്
നെടിയ	Tall	ടോൾ
നേരിയ	Thin	തിൻ
പഴുത്ത	Ripe	റൈപ്പ്
പഠിപ്പുള്ള	Learned	ലേൎണ്ണഡ്
പരമാൎത്ഥമുള്ള	Honest	ഹൊണെസ്റ്റ്
പഴയ	Old	ഓൾഡ്
പുതിയ	New	ന്യൂ
പുളിപ്പുള്ള	Sour	സൌർ
പേടിയുള്ള	Timid	ടിമിഡ്
ഭയങ്കരമായ	Frightful	ഫ്രൈററ്ഫുൾ
ഭോഷത്വമുള്ള	Foolish	ഫൂളിഷ്
മഹത്വമുള്ള	Glorious	ഗ്ലോറിയസ്
മധുരമുള്ള	Sweet	സ്വീററ്
മറെറാരു	Another	എനദർ
മൂൎച്ചയുള്ള	Sharp	ഷാൎപ്പ്
മൃഗസ്വഭാവമുള്ള	Savage	സെവെജ്
യാതൊരു	Any	എനി
വലിയ	Large	ലാൎജ്
വാത്സല്യമുള്ള	Affection	എഫെക്ഷൻ
വിസ്താരമുള്ള	Broad	ബ്രോഡ്
വിശ്വസിക്കത്തക്കതായുള്ള	Trust-worthy	ട്രസ്റ്റ് വൎദ്ദി
ശക്തിയുള്ള	Strong	സ്ട്രോങ്ങ്
ശോഭയുള്ള	Bright	ബ്രൈററ്
സാമൎത്ഥ്യമുള്ള	Skilful	സ്കിൽഫുൾ

സുഖമുള്ള .	Comfortable	കംഫട്ടെബിൾ .
സൌന്ദൎയ്യമുള്ള .	Pretty	പ്രെററി .
സൌമ്യതയുള്ള .	Mild	മൈൽഡ്
സൌഖ്യമുള്ള .	Healthy	ഹെൽത്തി .
ക്ഷമയുള്ള .	Patient	പേഷ്യൻറ് .

IV. Verbs.

ക്രിയകൾ

അടിക്ക .	Beat	ബീററ് .
അടികൂടുക .	Fight	ഫയിററ് .
അടിച്ചുവാരുക -	Sweep	സ്വീപ് .
അന്വെഷിക്ക .	Seek	സീക് .
അവസാനിക്ക .	End	എൻഡ്
അഭ്യസിക്ക .	Exercise	എക്സർസയിസ്
അരെക്ക .	Grind	ഗ്രയിൻഡ് .
അനുസരിക്ക .	Obey	ഒബെ .
ആരംഭിക്ക .	Begin	ബിഗിൻ .
ആഗ്രഹിക്ക .	Wish	വിഷ് .
ഇരിക്ക .	Sit	സിററ് .
ഇളക്ക .	Shake	ഷേക് .
ഇടുക .	Put	പുട്ട് .
ഇരവുകൊടുക്ക .	Lend	ലെൻഡ്
ഉണ്ടാക്ക .	Make	മേക് .
ഉപദ്രവിക്ക .	Trouble	ട്രബിൾ .
ഉണ്ടാക .	Have	ഹേവ് .
ഉണക്കുക .	Dry	ഡ്രൈ .
ഉറങ്ങുക .	Sleep	സ്ലീപ് .
എഴുതുക .	Write	റൈററ് .
എടുക്ക .	Take	ടേക് .

ഒളിക്ക .	Hide	ഹയിഡ്
ഒടിക്ക .	Break	ബ്രെക്ക് .
ഒന്നിച്ചുകൂട്ടുക .	Gather	ഗാദർ .
കരയുക .	Cry	ക്രയി .
കടിക്ക .	Bite	ബയിററ്
കളിക്ക .	Play	പ്ലെയി .
കഴുകുക .	Wash	വാഷ് .
കലഹിക്കുക .	Quarrel	ക്വാറൽ .
കല്യാണംചെയ്യുക.	Marry	മെറി .
കടംവാങ്ങുക .	Borrow	ബോറൊ .
കല്പിക്ക .	Command	കൊമ്മേൻഡ് .
കാണിക്ക .	Show	ഷൊ .
കിടക്ക (ശയിക്ക .	Lie	ലൈ .
കീറുക .	Tear	ടേർ .
കുടിക്ക .	Drink	ഡ്രിങ്ക് .
കുഴിക്ക .	Dig	ഡിഗ്ഗ് .
കുതിരസവാരിചെയ്ക	Ride	റയിഡ്
കുളിക്കുക .	Bathe	ബേദ് .
കൂർക്കവലിക്ക .	Snore	സ്നോർ .
കെട്ടുക .	Tie or Bind	ടൈ—ബയിൻഡ്
കെടുക്ക .	Quench	ക്വെഞ്ച് .
കൊപ്ലിളിക്ക .	Gargle	ഗാർഗ്ഗിൾ .
ഗർഭമലസുക .	Miscarry	മിസ്കെറി .
ചവിട്ടുക .	Kick	കിക്ക് .
ചതിക്ക .	Cheat	ചീററ് .
ചാടുക .	Throw	ത്രൊ .
ചിരിക്ക .	Laugh	ലാഫ് .
ചോദിക്ക	Ask	ആസ്ക്
ഞെക്കുക .	Squeeze	സ്ക്വീസ് .
തടവിലാക്ക .	Imprison	ഇംപ്രിസൻ .

തിന്നുക .	Eat	ഈററ് .
തുള്ളുക .	Jump	ജംപ് .
തുപ്പുക .	Spit	സ്പിററ്
നടക്ക .	Walk	വാൿ .
നനെക്കുക .	Wet	വെററ്
നടത്തുക .	Lead	ലീഡ് .
നില്ക്ക .	Stand	സ്റ്റേന്റ്
നുള്ളുക .	Pinch	പിഞ്ച്
നോക്കിനില്ക്ക	Gaze	ഗേസ്
പഠിക്ക .	Learn	ലറൺ
പറക്ക	Fly	ഫ്ലൈ
പറക .	Tell	ടെൽ
പഠിപ്പിക്ക .	Teach	ടീച്ച്
പാടുക .	Sing	സിങ്ങ്
പായുക .	Run	റൺ
പിടിക്ക .	Catch	കേച്ച്
പുകക്ക .	Fumigate	ഫ്യൂമിഗേററ്
പോക .	Go	ഗൊ .
പൊട്ടിക്ക .	Break	ബ്രേൿ .
പൊതിയുക .	Cover	കവർ .
പൊരിക്ക .	Fry	ഫ്രൈ
മണക്ക .	Smell	സ്മെൽ .
മറിക്ക .	Spill	സ്പിൽ
മാന്തുക .	scratch	സ്ക്രേച്ച് .
മുറിക്ക .	Cut	കട്ട് .
മോഷ്ടിക്ക .	steal	സ്റ്റീൽ .
രുചിഅറിക .	Taste	ടേസ്റ്റ്
വരിക .	Come	കം .
വഹിക്ക .	Carry	കേറി .
വമ്പുപറക .	Brag	ബ്രേഗ് .

വഞ്ചിക്ക	Deceive	ഡിസീവ്
വലിക്ക	smoke	സ്മോക്ക്
വണ്ടിസ്സവാരിചെയ്ക	Drive	ഡ്രൈവ്
വായിക്ക	Read	റീഡ്
വാങ്ങുക	Buy	ബൈ
വാഗ്ദത്തംചെയ്ക	Promise	പ്രോമിസ്സ്
വില്ക്ക	sell	സെൽ
വിശ്വസിക്ക	Believe	ബിലീവ്
വിട്ടുകളക	Leave	ലീവ്
വീഴുക	Fall	ഫോൾ
വെറുക്കുക	Hate	ഹേററ്
വെക്ക	Keep	കീപ്പ്
വേവിക്ക	Boil	ബോയിൽ
ശകാരിക്ക	Abuse	എബ്യൂസ്സ്
ശിക്ഷിക്ക	Punish	പനീഷ്
സഹായിക്ക	Assist	എസിസ്റ്റ്
സമ്മതിക്ക	Let	ലെററ്
സംസാരിക്ക	speak	സ്പീക്ക്
സംശയിക്ക	Doubt	ഡൌട്ട്
സ്നേഹിക്ക	Love	ലവ്
ക്ഷമിക്ക	Pardon	പാഡൻ

V. Adverbs

ക്രിയാവിശേഷണങ്ങൾ

അപ്പോൾ	Then	ദെൻ
അവിടെ	There	ദേർ
അതെ	Yes	യെസ്
അകത്ത്	Within	വിതിൻ
ഇവിടെ	Here	ഹീയർ

ഇല്ല	No, not.	നൊ നൊട്ട്
ഇപ്പോൾ	Now.	നൌ
ഇയ്യിടെ	Recently	റീസെന്റലി
ഉടനെ	Immediately	ഇമ്മീഡിയെറ്റലി
ഉറക്കെ	Loudly	ലൌഡ്ലി
എന്തിന്നു	Why	വൈ
എങ്ങിനെ	How	ഹൌ
എപ്പോൾ	When	വെൻ
എല്ലായ്പോഴും	Always	ഓൾവെയിസ്
എവിടെ	Where	വേർ
ഏകദേശം	Almost	ഓൾമൊസ്റ്റ്
ഒരിക്കലും	Never	നെവർ
ഒരിക്കൽ	Once	വൺസ്
ദീനമായി	Ill	ഇൽ
താഴെ	Below	ബിലൊ
ദൂരത്തിൽ	Far	ഫാർ
നല്ലവണ്ണം	Well	വെൽ
പലപ്പോഴും	Often	ഓഫൻ
പക്ഷെ	Perhaps	പെർഹാപ്സ്
പിന്നെ	Afterwards	ആഫ്ടർവാർഡ്സ്
പുറത്തു കൂടാതെ	Without	വിതൌട്ട്
മതി	Enough	ഇനഫ്
മീതെ	Above	എബൌവ്
മുമ്പെ	Before	ബിഫോർ
മെല്ലെ	Slowly	സ്ലോലി
വളരെ	Very	വെറി
വരെ	Till	ടിൽ
സമീപത്തിൽ	Near	നീയർ
സത്യമായി	Truly	ട്രൂലി
സാധാരണയായി	Generally	ജെനറലി

VI. Particles.

ഉപപദങ്ങൾ*

അപ്രകാരം .	So.	സോ .
അല്ലെങ്കിൽ -	Or	ഓർ .
അതല്ലാതെ .	Moreover	മൊറൊവർ .
അതുകൊണ്ടു .	Therefore	ദെഫൊർ .
ആയിക്കൊണ്ടു .	For	ഫൊർ .
ഉൾ	In	ഇൻ .
ഉം .	And	എൻഡ് .
എന്നാൽ .	But	ബട്ട് .
എന്നിട്ടും .	Notwithstanding	നോട്ടുവിത്സ്റ്റാൻ ഡിങ്ങ്
എന്നപൊലെ .	As if	എസ് ഇഫ.
എങ്ങിനെയെങ്കിലും	However	ഹൌഎവർ .
ഒഴികെ .	Except	എക്സെപ്റ്റ
കുറിച്ചു .	Regarding	റിഗാഡിങ്ങ്
കീഴ .	Under	അണ്ടർ
കൂടെ .	Through	ത്രൂ
പൊലെ .	As, like	എസ് (ലൈക്ക്)
മദ്ധ്യേ .	Between	ബിട്ടുവീൻ
മുതൽ.	Since	സിൻസ
മെൽ .	On, upon	ഓൺ അപ്പൊൺ
വഴിയെ .	Behind	ബിഹൈൻഡ

*ഇവിടെ ഉപപദങ്ങളായി എടുത്തിരിക്കുന്ന മലയാളപദങ്ങളിൽ ചിലതു ക്രിയകളായിട്ടും ചിലതു നാമങ്ങളായിട്ടും വ്യാകരിക്കേണ്ടതാകുന്നു. ഇംഗ്ലീഷിൽ അവയെല്ലാം രൂപഭേദമില്ലാത്തപദങ്ങളാകകൊണ്ടു ഇവിടെ ഉപപദങ്ങൾ എന്നു വിളിക്കപ്പെട്ടിരിക്കുന്നു. എന്നാൽ സാധാരണയായി വ്യാകരണത്തിൽ ഉപപദം എന്നപെർ വിഭക്തി സഹായങ്ങളായ മൂല കാരണം ഹെതു . കൊണ്ടു . മുതലായപദങ്ങൾക്കു മാത്രമെ പറയുന്നുള്ളു .

PART. II.

FAMILIAR DIALOGUES.

സംഭാഷണങ്ങൾ

1. SALUTATION, &c.

ON MEETING A FRIEND.

കുശലപ്രശ്നാദികം

——oOOOo——

എന്റെ പ്രിയസ്നേഹിതാ നിനക്കു സൌഖ്യംതന്നെയൊ?	How do you do my dear friend?	ഹൌ ഡു യു ഡു മൈ ഡീയർ ഫ്രെൻഡ്
എനിക്കു നല്ലസൌഖ്യംതന്നെ	I am quite well.	ഐ എം ക്വൈററ് വെൽ .
നിന്നെ നല്ലസൌഖ്യസ്ഥിതിയിൽകാണുകയാൽ എനിക്കു വളരെ സന്തോഷംതന്നെ .	I am very glad to see you in good health.	ഐ എം വെറി ഗ്ലേഡ് ടു സീ യു ഇൻ ഗുഡ് ഹെൽത്ത് .
നിന്റെ അമ്മയച്ഛന്മാർ എങ്ങിനെയിരിക്കുന്നു?	How are your parents?	ഹൌ ആർ യുവർ പേരെന്റ്സ്
എന്റെ അമ്മെക്കു കുറെ സുഖക്കേടാണ എന്നാൽ എന്റെ അച്ഛനു നല്ല സൌഖ്യംതന്നെ .	My mother is not very well. but my father is all right.	മൈ മദർ ഇസ് നോട്ട് വെറി വെൽ ബട്ട് മൈ ഫാദർ ഇസ് ഓൾറൈററ് .
നിന്റെ അമ്മെക്കു എന്താണ ദീനം?	What ails your mother?	വാട്ട് എയിൽസ് യുവർ മദർ

അവൾക്കു പനിച്ചു കൊണ്ടിരിക്കുന്നു.	She is laid up with fever	ഷി ഇസ് ലെയിഡ് അപ് വിത് ഫീവർ
അതു കേൾക്കയാൽ ഞാൻ വളരെ വ്യസനിക്കുന്നു.	I am very sory to hear that	ഐ ഏം വെറി സോറി ടു ഹിയർ ദെറ്റ്.
ഇനി നിന്നെ എപ്പോൾ കാണും?	When shall I see you again?	വെൻ ശേൽ ഐ സീ യൂ എഗെയിൻ.
ഞാൻ നാളെ ഇങ്ങട്ടു വരാം.	I shall come tomorrow	ഐ ശെൽ കം ടു മൊറൊ
സെലാം പ്രിയ സ്നേഹിതാ സെലാം	Good bye dear friend good bye	ഗുഡ് ബൈ ഡിയർ ഫ്രെൻഡ് ഗുഡ് ബൈ

2. On meeting a friend, long absent.

അധികം കാലം കാണാത്ത ഒരു സ്നേഹിതനെ കാണുമ്പോൾ

ഇത്ര അധികം കാലം കഴിഞ്ഞിട്ടു നിന്നെ കാണുകയാൽ ഞാൻ വളരെ സന്തോഷിക്കുന്നു.	I am very glad to see you after so long an absence	ഐ ഏം വെറി ഗ്ലേഡ് ടു സീ യൂ ആഫ്റ്റർ സോ ലോങ്ങ് ഏൻ ഏബ്സെൻസ്
നീ മദ്രാശിയിൽ നിന്നു എപ്പോൾ എത്തി?	When did you arrive from Madras?	വെൻ ഡിഡ് യൂ എറൈവ് ഫ്രോം മദ്രാസ്.
ഞാൻ കഴിഞ്ഞ രാത്രി എത്തി.	I arrived last night.	ഐ എറൈവ്ഡ് ലാസ്റ്റ് നൈറ്റ്.
നീ മടങ്ങി പോവാൻ വിചാരിക്കുന്നുവൊ	Do you think of going back?	ഡു യൂ തിൻക് ഓഫ് ഗോയിങ്ങ് ബേക്ക്

ഇത്രവേഗത്തിൽമടങ്ങിപ്പോവാൻ വിചാരിക്കുന്നില്ല	No, not so soon.	നൊ നോട്ട് സോ സൂൺ . . .
നീ നാളെ എന്റെ വീട്ടിൽ വരും എന്നു ഞാൻ വിശ്വസിക്കുന്നു	I hope you will come over to my house to-morrow	ഐ ഹോപ് യൂ വിൽ കംഓവർ ടു മൈ ഹൌസ് ടുമൊറൊ
സന്തോഷത്തോടു കൂടെ വരാം . . .	I shall gladly do so.	ഐ ഷെൽ ഗ്ലേഡ്ലി ഡു സൊ . . .
എന്നാൽ തൽക്കാലത്തേക്കു സലാം .	Good bye, then for the present	ഗുഡ് ബൈ ദെൻ ഫോർ ദി പ്രെസന്റ്

3. Promenade.

സഞ്ചാരം

നീ എന്റെ കൂടെ വയലിൽ നടക്കുവാൻ വരുമൊ?	Will you take a walk with me to the fields?	വിൽ യൂ ടേക് എ വാക് വിത് മീ ടു ദി ഫീൽഡ്സ്
സന്തോഷത്തോടു കൂടെ ഞാൻ വരാം	I shall gladly do so	ഐ ഷെൽ ഗ്ലേഡിലി ഡു സൊ .
വയലുകൾ എത്ര ഭംഗിയായിരിക്കുന്നു	How pretty the fields do look!	ഹൌ പ്രെററി ദി ഫീൽഡ്സ് ഡു ലൂക്
അവ വളരെ ഭംഗിയുള്ളവ തന്നെ .	They are very pretty indeed	ദേ ആർ വെറി പ്രെട്ടി ഇൻഡീഡ്
നീ എത്രദൂരം പോവാനഭാവിക്കുന്നു ?	How far do you intend to go?	ഹൌ ഫാർ ഡു യൂ ഇൻടെൻഡ് ടു ഗോ
അധികം ദൂരം പോവാൻഭാവിക്കുന്നില്ല	Not very far	നോട്ട് വെറി ഫാർ

ഇപ്പൊൾമഴപെയ്യും എന്നുഞാൻഭയപ്പെടുന്നു നാം മടങ്ങി പൊകുന്നതനല്ലതു	I am afraid it will rain presently, we had better return.	ഐ എം എഫ്രെഡ് ഇററ് വിൽ റെയിൻ പ്രെസെൻറ്ലി വി ഹെഡ് ബെററർ റിട്ടർൺ.
കൊള്ളാം.	Very well	വെറിവെൽ .
ഇപ്പൊൾ തെല്ലുച്ചമാറുവാൻ കുറെ ആഹാരം ഭക്ഷിക്കേണമല്ലൊ.	Should we not take some refreshment now	ഷുഡ് വി നോട്ട് ടെക് സം റിഫ്രെഷ്മെൻറ് നൌ
അങ്ങിനെആകട്ടെ.	Let it be so.	ലെററ് ഇററ് ബി സൊ

4. Weather.

കാലം

സമയംനന്നായിക്കാണപ്പെടുന്നുവൊ?	Does the weather look fine?	ഡസ് ദി വെദർ ലുക്ക് ഫൈൻ.
അതെനന്നായിരിക്കുന്നു	Yes; it does.	യെസ് ഇററ് ഡസ്
അല്ല നന്നല്ല.	No, it does not.	നൊ ഇററ് ഡസ് നോട്ട്.
ആകാശംകാറുള്ളതായികാണുന്നു.	The sky looks cloudy	ദി സ്കൈ ലുക്സ് ക്ലൌഡി
നമ്മുടെയാത്രക്കിന്നുനല്ലസമയംകിട്ടിയിരിക്കുന്നു.	We have had fair weather for our journey today	വി ഹെവ് ഹെഡ് ഫെയർ വെദർ ഫൊർ ഔർ ജർണ്ണി ടുഡെയി .
ഈയ്യിടെ നമ്മൾക്കധികം സൂര്യപ്രകാശം ഉണ്ടായിരുന്നു.	We have had plenty of sun-shine lately	വി ഹെവ് ഹെഡ് പ്ലെൻററി ഓഫ് സൺഷൈൻ ലേററ്ലി

നോക്ക ഇപ്പോൾ മഴ പെയ്യുന്നു .	See, it rains now.	സീ ഇറ്റ് റെയിൻസ് . നൌ.
ഇല്ല കുറെ നേരത്തേക്ക മഴ പെയ്യുകയില്ല .	No, it will not rain for some time.	നൊ ഇറ്റ് വിൽ നോട്ട് റെയിൻ ഫൊർ സം ടൈം .
ഇപ്പോൾ രാവിലെ വളരെ കാറകാണുന്നുണ്ട .	The mornings are very cloudy now.	ദി മോർണ്ണിങ്ങ്സ് ആർ വെറി ക്ലൌഡി നൌ.
പകൽസമയം വളരെ ഉഷ്ണമായിരിക്കുന്നു . .	The weather is very hot during the day.	ദി .വെദർ.ഇസ് വെറി.ഹോട്ട് ഡ്യൂറിങ്ങ് ദി ഡെയി
എന്റെ ശരീരം മുഴുവനും വിയർക്കുന്നു	I am perspiring all over.	ഐ ആം പെർസ്പൈറിങ്ങ് ഓൾ ഓവർ
നീ ആ ഇടിയുടെ ഒച്ച കേട്ടുവൊ?	Did you hear that peel of thunder?	ഡിഡ് യൂ ഹീയർ ദേറ്റ് പീൽ ഓഫ് തണ്ടർ
നോക്ക . മിന്നൽ പ്രകാശിക്കുന്നു	See, the lightning flashes.	സീ ദി ലൈറ്റനിങ്ങ് ഫ്ലേഷെസ്
മിന്നൽ ആ മരത്തിന്മേൽ തട്ടി അതിന്നു ഊനംവരുത്തിയിരിക്കുന്നു .	The lightning has stu-uck that tree, and blighted it.	ദി ലൈറ്റനിങ്ങ് ഹേസ് സ്ടക്ക് ദേറ്റ് ട്രീ എൻഡ് ബ്ലൈറ്റെഡ് ഇറ്റ്
ആകാശം നക്ഷത്രങ്ങളാൽ നിറഞ്ഞിരിക്കുന്നു	The sky is bespangled with stars.	ദി സ്കൈ ഇസ് ബിസ്പേങ്കിൾഡ് വിത് സ്ടാർസ്
ഇന്നുരാത്രിക്ക നമുക്ക ചന്ദ്രപ്രകാശമുണ്ടാകും	We shall have moon light this night.	വി ശെൽ ഹേവ് മൂൺലൈറ്റ് ദിസ് നൈറ്റ്
സൂര്യൻ ഉദിച്ചിരിക്കുന്നു	Thh sun has risen.	ദി സൺ ഹേസ് റിസെൻ

സൂൎയ്യനസ്തമിച്ചിരിക്കുന്നു	The sun has set	ദി സൺ ഹേസ് സെററ്

5. Letter writing
കത്തെഴുത്ത്

തപ്പാൽക്കാരൻ ഇന്നു എനിക്കു വല്ല കത്തുകളും കൊണ്ടുവന്നിട്ടുണ്ടോ?	Has the post-man brought any letters for me today?	ഹേസ് ദി പോസ്റ്റ് മേൻ ബ്രോട്ട് എനി ലെററേഴ്സ് ഫോർ മി ടുഡെയി
ഉണ്ട്.	Yes.	യെസ് .
ഈ കത്തു എന്റെ യജമാനനിൽനിന്നാകുന്നു ഞാൻ ഇപ്പോൾ അതിനു മറുപടി എഴുതേണം	This letter is from my employer, I must answer it now	ദിസ് ലെററർ ഇസ് ഫ്രം മൈ എംപ്ലോയർ ഐ മസ്റ്റ് ഏൻസർ ഇററ് നൌ
ഇന്നത്തെ തീയതി എന്താണെന്നു പറയുമോ?	Pray, what is the date today?	പ്രെയി വാട്ട് ഇസ് ദി ഡേററ് ടുഡെയി .
ഇന്ന് ആഗസ്തുമാസം മൂന്നാകുന്നു .	It is the third of August	ഇററ് ഇസ് ദി തേഡ് ഓഫ് ഓഗസ്റ്റ്:
എത്രമണിക്കാണു തപ്പാൽ പോകുന്നതു?	At what o'clock does the post leave?	ഏററ് വാട്ട് ഓക്ലോക്ക് ഡസ് ദി പോസ്റ്റ് ലീവ് .
വൈകുന്നേരം ആറുമണിക്കാണ	At six in the evening	ഏററ് സിക്സ് ഇൻ ദി ഈവ്നിങ്ങ് .
കൊള്ളാം ഇപ്പോൾ രണ്ടുമണിയെ ആയിട്ടുള്ളു ഇനിയും അധികം സമയം ഉണ്ട്	Well, it is now only two o'clock; I have a good deal of time before me.	വെൽ ഇററ് ഇസ് നൌ ഓൺലി ടു ഓ ക്ലോക്ക് ഐ ഹേവ് എ ഗുഡ്ഡീൽ ഓഫ് ടൈം ബിഫോർ മീ

ഒരുചെപ്പു എനിക്ക ഒരുലെക്കൊട്ടു കൊണ്ടുവരിക	Pleese feteh me an envelope	പ്ലീസ് ഫെച്ച് മീ ആൻ എൻവെലോപ്പ്
ഇതാ	Here it is	ഹീയർ ഇറ്റ് ഇസ്
ഈ കത്താനീ തപ്പാലിലെക്കയക്കമൊ	Wil you send this elter to the post?	വിൽ യു സെൻഡ് ദിസ് ലെറ്റർ ടു ദി പോസ്റ്റ്
സന്തോഷത്തോടു കൂടെ ചെയ്യാം	With pleasure	വിത് പ്ലേഷർ

6. At meals.

ഭക്ഷണസമയം

ഞാൻ ഇപ്പോൾ എന്റെ രാവിലത്തെ ഭക്ഷണം കഴിപ്പാൻ പോകുന്നു നിങ്ങൾ എന്റെ കൂടെ ഉണ്ണുമൊ	I am now going to have my breakfast will you jein me?	ഐ ആം നൌ ഗോയിങ്ങ് ടു ഹേവ് മൈ ബ്രെക്ക്ഫാസ്റ്റ് വിൽ യു ജോയിൻ മി
ഇല്ല ഞാൻ എന്റെ രാവിലത്തെ ഭക്ഷണം കഴിച്ചിരിക്കുന്നു	No (I thank you) I have had my breakfast.	നൊ (ഐ തേങ്ക് യു) ഐ ഹേവ് ഹേഡ് മൈ ബ്രെക്ക്ഫാസ്റ്റ്
നീ ഒരു കോപ്പ കാപ്പി കുടിക്കുമൊ	Will you take a cup of coffee?	വിൽ യു ടെയ്ക് എ കപ്പ് ഓഫ് കോഫി
അതെ സന്തോഷത്തോടു കൂടെ ചെയ്യാം	Yes: with pleasure.	യെസ് വിത് പ്ലേഷർ
ചെക്കാ, ഈ സായ്പിന്നു ഒരു കോപ്പ കാപ്പി കൊണ്ടുവരിക	Buy, bring this gentleman a cup of coffee	ബോയി ബ്രിങ്ങ് ദിസ് ജെന്റിൽമെൻ എ കപ്പ് ഓഫ് കോഫി

വൈകുന്നേരത്തെ ഭക്ഷണം എത്ര മണിക്കാണ കഴിക്കുന്നതു .	At what o'clock do you dine?	ഏററ് വാട്ട് ഒക്ലോക്ക് ഡു യൂ ഡൈൻ
വൈകുന്നേരം ആറു മണിക്കാണ .	At six in the evening	ഏററ് സിക്സ് ഇൻ ദി ഈവനിങ്ങ് .
ഇന്നു എന്റെ കൂടെ വൈകുന്നേരത്തെ ഭക്ഷണം കഴിപ്പാൻ വരിക .	Come, and dine with me today	കം ഏൻഡ് ഡൈൻ വിത്ത് മി ടുഡെ
കൊള്ളാം ഞാൻ സന്തോഷത്തോടെ കൂടെ വരാം .	Very well. I shall gladly do so.	വെറിവെൽ ഐ ശേൽ ഗ്ലേഡ്ലി ഡു സൊ
നീ ചുരുട്ടു വലിക്കുമൊ .	Do you smoke?	ഡു യു സ്മോക്.
ഉവ്വ ചിലപ്പൊൾ .	Yes, sometimes.	യെസ് സമ്ടൈംസ്
എന്നാൽ ഒരു ചുരുട്ടു എടുക്ക എന്റെ വശം കുറെ മേത്തരമായ മനിലചുരുട്ടുകൾ ഉണ്ടു .	Take a cigar then I have some excellent Manillas	ടേക്ക് എ സിഗാർ ദെൻ ഐ ഹേവ് സം എക്സെലെൻറ് മെനില്ലസ് .
ഈ ചുരുട്ടുകൾ എത്രയും നല്ലവയാകുന്നു .	These cigars are very good indeed.	ദീസ് സിഗാർസ് ആർ വെറി ഗുഡ് ഇൻഡീഡ്.

7. Enquiring after news.
വൎത്തമാനാന്വേഷണം

ഇന്നു വല്ല വൎത്തമാനം ഉണ്ടൊ .	Any news today?	എനി ന്യൂസ് ടുഡെ
പുതിയ വൎത്തമാനം ഞാൻ ഒന്നും കേട്ടില്ല .	I have heard nothing new	ഐ ഹെവ് ഹേർഡ് നതിങ്ങ് ന്യൂ.

നീ വൎത്തമാനക്കടലാസ്സുകൾ വായിക്കുന്നില്ലയൊ.	Do you not read the news papers?	ഡു യു നോട്ട് റീഡ് ദി ന്യൂസ് പേപ്പേഴ്സ്
അതെ ഞാൻ വായിക്കുന്നുണ്ടു.	Yes; I do	യെസ് ഐ ഡു
ഇല്ല വൎത്തമാനക്കടലാസ്സുകൾ ഒട്ടും കിട്ടുന്നില്ല	Do; I seldom get any papers.	നൊ ഐ സെൽഡം ഗെററ് എനി പേപ്പേഴ്സ്.
ഗവൎണ്ണർസായ്പു (സംസ്ഥാനാധിപൻ) കുറെ ദിവസത്തിന്നുള്ളിൽ ഇവിടെ വരുമെന്നു ഞാൻ കേൾക്കുന്നു	I hear the Governor will be comming here in a few days.	ഐ ഹിയർ ദി ഗവൎണ്ണർ വിൽ ബി കമിങ്ങ് ഹിയർ ഇൻ എ ഫ്യൂ ഡെയിസ് . . .
അതു നിമിത്തം ആകുന്നു പട്ടണം വെടിപ്പാക്കുവാൻ കല്പിച്ചിട്ടുള്ളതെന്നു ഞാൻ വിചാരിക്കുന്നു	I suppose that is why the town is oraerd to be kept clean.	ഐ സപ്പോസ് ദെററ് ഇസ് വൈ ദി ടൌൺ ഇസ് ഓൎഡൎഡ് ടു ബി കെപ്പ്റ്റ് ക്ലീൻ
അതെ	Yes;	യെസ്
ഗവൎണ്ണർ ഇവിടെ കുറെ ദിവസത്തോളം താമസിക്കുമെന്നു ഞാൻ വിചാരിക്കുന്നു	I belive the Covernor wil stay here, for a few days.	ഐ ബിലിവ് ദി ഗവൎണ്ണർ വിൽ സ്റ്റേയി ഹീയർ ഫൊർ എ ഫ്യൂ ഡെയിസ് . . .
എന്നാൽ തിന്റെ ശേഷം അദ്ദേഹം എവിടെ പൊകും. . .	And then where will he go?	എന്റ് ഡെൻ വെയർ വിൽ ഹീ ഗൊ

ഞാൻ അറിയുന്നില്ല അവന്മദ്രാശിക്കുപോകുമെന്നു ഞാൻ വിചാരിക്കുന്നു	I do not know; I suppose he wil go to Madras.	ഐഡുനൊട്ട്നൊ ഐ സപ്പൊസ് ഹി വിൽ ഗൊ ടു മെഡ്രാസ് . . . . ..
നിങ്ങളുടെ ഇനിയത്തെ ഡിസ്ത്രിക്കു ജഡ്ജി ആരാകുന്നു എന്നു അറിയുമൊ.	Do you know who is to be ou next District Judge?	ഡു യു നൊ ഹു ഇസ്സ് ടു ബി അവർ നെക്സ്റ്റ് ഡിസ്ട്രിക്ക് ജഡ്ജ്
അതിനെ കുറിച്ചു നിശ്ചയമായിട്ടു ഞാൻ ഒന്നും അറിയുന്നില്ല	I do not know any thing for eertain al.-out it.	ഐ ഡു നൊട്ട് നൊ എനിതിങ്ങ് ഫൊർ സെട്ടൻ എബൌട്ട് ഇറ്റ് . . . .
നാളെക്ലബ്ബിൽ വെച്ചു ഒരു ഘോഷമാ സല്ക്കാരം ഉണ്ടാവാൻ അവർപോകുന്നു .	They are going to have a grand dinner at the lub tomorrew	ദെയി ആർ ഗൊയിങ്ങ് ടു ഹെവ് എ ഗ്രേണ്ഡ് ഡിന്നർ എറ്റ് ദി ക്ലബ്ബ് ടുമൊറൊ . . . ...
എത്ര സാഹിബന്മാരെ ക്ഷണിച്ചിട്ടുണ്ടെന്നു നീ അറിയുമൊ. .	Do you know how many gentlemon are invited?	ഡു യു നൊ ഹൌ മെനി ജെൻറിൽമെൻ ആർ ഇൻവൈറ്റെഡ് .. .
ഇരുപതെന്നുതൊന്നുന്നു...	I believe twenty.	ഐബിലീവ് ട്വെൻറി
നിന്റെ സഹോദരൻ മദ്രാശിയിൽ നിന്നുഎത്തിയൊ . .	Has your brother arive from Madras.	ഹേസ് യുവർ ബ്രദർ എറൈവ്ഡ് ഫ്രൊം മെഡ്രാസ് . . .
അതെ അവൻ കഴിഞ്ഞ രാത്രി എത്തി..	Yes; he arrived last night.	യെസ്സ് ഹി എറൈവ്ഡ് ലാസ്റ്റ് നൈററ്
നിന്റെ യജമാനൻ ഇപ്പൊൾ എവിടെ	Where is your employer now?	വെർ ഇസ്സ് യുവർ എംപ്ലൊയർ നൌ

അദ്ദേഹം കല്പനയിന്മേൽ യൂറോപ്പിലേക്കു പോയിരിക്കുന്നു.	He is gone to Europe on leave.	ഹി ഇസ് ഗോൺ ടു യൂറോപ്പ് ഓൺ ലീവ്.
അദ്ദേഹം അവിടെ എത്ര താമസിക്കും.	How long will he remain there?	ഹൌ ലോങ്ങ് വിൽ ഹി റിമെയിൻ ദേർ.
ഞാൻ അറിയുന്നില്ല.	I do not know.	ഐ ഡു നോട്ട് നൊ
അവനിൽനിന്നു ഒരു എഴുത്തു നിങ്ങൾക്കു ഇനിയും കിട്ടീട്ടില്ലയൊ	Have you not received any letter from him yet?	ഹേവ് യു നോട്ട് റിസീവ്ഡ് എനി ലെററർ ഫ്രൊം ഹിം യെററ്
അദ്ദേഹത്തിൽനിന്നു എനിക്കു ഇന്നലെ ഒരു കത്തു കിട്ടി.	I received a letter from him yesterday.	ഐ റിസീവ്ഡ് എ ലെററർ ഫ്രൊം ഹിം യെസ്റ്റർഡെ.
അദ്ദേഹത്തിനു നീ എപ്പൊഴാണ് എഴുതും.	When will you write to him?	വെൻ വിൽ യു റൈററ് ടു ഹിം.
പക്ഷെ നാളെ.	Perhaps tomorrow.	പെർഹാപ്സ് ടുമൊറൊ

8. WITH A SHOP KEEPER.

ഒരു കച്ചവടക്കാരനോടു സംഭാഷണം

സായ്പു. ബൊമ്പായിൽനിന്നു ഇപ്പഴ എത്തീട്ടുള്ള അനേകം പുതിയ ചരക്കുകൾ എന്റെ ഷാപ്പിൽ ഉണ്ടു.	I have lots of new things, sir, in my shop, just arrived from Bombay.	ഐ ഹേവ് ലോട്ട്സ് ഓഫ് ന്യൂ തിങ്സ് സർ ഇൻ മൈ ഷാപ്പ് ജസ്റ്റ് എറൈവ്ഡ് ഫ്രൊം ബൊമ്പായി.
അവയെ നോക്കട്ടെ..	Let us have a look at them.	ലെററസ് ഹേവ് എ ലുക്ക് എററ് ദെം
വളരെ വിശേഷമായ അരക്കവെള്ള തുണികളുള്ളതാ..	Here is some very fine long cloth.	ഹിയർ ഇസ് സം വെരി ഫൈൻ ലോങ്ങ് ക്ലോത്ത്.

ഒരുകഷണത്തിന്നു എന്തു വില . . .	How do you sell that a piece?	ഹൌ ഡു യു സെൽ ദാറ്റ് എ പീസ്
ഒരുകഷണത്തിന്നു പത്തു ഉറുപ്പിക സായ്പെ .	Ten Rupees a piece sir.	ടെൻ റുപ്പീസ് എ പീസ് സാർ . .
അതിൽ കുറഞ്ഞ വിലക്ക തരികയില്ലെ . . .	Will you not give it for a less price?	വിൽ യു നോട്ട് ഗിവ് ഇറ്റ് ഫോർ എ ലെസ്സ് പ്രൈസ് . .
അതിനു നിങ്ങൾക്ക ഇഷ്ടമുള്ള വിലപറയാം	You are at liberty to offer any price you please sir for it	യു ആർ ഏറ്റ് ലിബർട്ടി ടു ഓഫർ എനി പ്രൈസ് യു പ്ലീസ് സാർ ഫോർ ഇറ്റ്
നല്ലതു ഒരുകഷണത്തിന്നു ഞാൻ ആറുഉറുപ്പിക തരാം . . .	Well, I shall give you six rupees for a piece	വെൽ ഐ ഷെൽ ഗിവ് യു സിക്സ് റുപ്പീസ് ഫോർ എ പീസ്
ആ വിലക്കതരുവാൻ എനിക്ക കഴിയുന്നതല്ല. ഞാൻ ബൊമ്പായിൽ എട്ടുഉറുപ്പിക വിലക്കാണു വാങ്ങിയതു.	I canot give it for that price sir. It cost me eight rupees in Bombay	ഐ കെനൊട്ട് ഗിവ് ഇറ്റ് ഫോർ ദാറ്റ് പ്രൈസ് സാർ ഇറ്റ് കോസ്റ്റ് മി എയിറ്റ് റുപ്പീസ് ഇൻ ബൊമ്പായി . .
നല്ലതു. നിന്റെ വേറെ ചില ചരക്കുകൾ നോക്കട്ടെ . .	Well, let us see some of your other things.	വെൽ ലെറ്റ് അസ് സീ സം ഒഫ് യുവർ അദർ തിങ്ങ്സ് .
ചില നല്ല ഉറുമാലുകളുണ്ടു സായ്പെ	Here are some good handkerchieves sir	ഹീയർ ആർ സം ഗുഡ് ഹാൻഡ്കർചീവ്സ് സാർ . .
അവയിൽ ഒരുഡജൻ ഞാനെടുക്കാം .	I shall take a dozen of them.	ഐ ഷെൽ ടേക്ക് എ ഡസൻ ഒഫ് ദെം
വില്ക്കാൻ വല്ല തലപ്പാവുകളും ഉണ്ടൊ	Have you any turband for sale?	ഹേവ് യു എനി ടർബൻഡ് ഫോർ സേൽ

ഉണ്ടു സായ്പ്പേ	I have sir.	ഐ ഹേവ് സാർ
ഇതിനു നിനക്കു എന്തു വേണം . .	What do you want for this one.	വാട്ട് ഡൂ യൂ വാണ്ട് ഫോർ ദിസ് വൺ . . .
ഇരുപതു ഉറുപ്പിക സായ്പ്പേ . . .	Twenty rupees sir.	ട്വന്റി റുപ്പീസ് സെർ
ഇതിനെക്കാൾ വില കുറഞ്ഞതു നിന്റെ പക്കൽ ഇല്ലയോ .	Have you not got any of a lower price?	ഹേവ് യൂ നോട്ട് ഗോട്ട് എനി ഓഫ് എ ലൊവർ പ്രൈസ്
ഇല്ല സായ്പ്പേ .	No, sir.	നോ സാർ . . .
ഈ സാധനങ്ങൾ ദയവുചെയ്തു എന്റെ വീട്ടിലേക്കു അയക്ക .	Send up these things to my house please.	സെന്റ് അപ്പ് ദീസ് തിംഗ്സ് ടു മൈ ഹൌസ് പ്ലീസ് . .
നിന്റെ കല്പനപോലെ ചെയ്യാം സായ്പ്പേ	I shall attend to your direction sir.	ഐ ഷാൽ അറ്റെൻഡ് ടു യുവർ ഡിറെക്ഷൻ സാർ

9. With one slightly acquainted with English.

ഇംഗ്ലീഷ് ഭാഷയിൽ കുറച്ചു പരിചയം ഉള്ളവനോടു

നിന്റെ ഇംഗ്ലീഷ് അഭ്യസനം ഏറി വരുന്നുണ്ടോ	Are you improving in your study of English?	അർ യു ഇമ്പ്രൂവിങ് ഇൻ യുവർ സ്റ്റഡി ഓഫ് ഇങ്ക്ലീഷ്
അതെ ഇപ്പോൾ എനിക്കു ആ ഭാഷ സാമാന്യമായി സംസാരിപ്പാൻ കഴിയും	Yes; I can speak the language pretty well now	യെസ് ഐ കെൻ സ്പീക്ക് ദി ലെങ്ക്വിജ് പ്രെറ്റി വെൽ നൌ . .

നീ ഈ വാക്കപുസ്തകം പഠിക്കേണം അതു നിനക്കു അധികമായി സഹായിക്കും	You should stu 'y this Vocabulary; it wil help you a good deal.	യു ഷുഡ് സ്റ്റഡി ദിസ് വൊകേബ്യുലെറി ഇററ് വിൽ ഹെൽപ് യു എ ഗുഡ് ഡീൽ
അതു തന്നെയാണ ഞാൻ ചെയ്യുന്നതു.	That is just what I am doing.	ദെററ് ഇസ് ജസ്ററ് വാട്ട് ഐ എം ഡ്യൂയിങ്
നിനക്കു സാമാന്യമായി സംസാരിക്കാമെന്നു ഞാൻ കാണുന്നു	I see you can talk pretty well.	ഐ സീ യു കെൻ ടാക്ക് പ്രെററി വെൽ
ചിലപ്പോൾ വാക്കുകൾ കിട്ടുവാനായി ഞാൻ ബുദ്ധിമുട്ടപ്പെടുന്നു .	I am at a loss sometimes for words.	ഐ എം എററ് എ ലൊസ്സ് സംടൈംസ് ഫൊർ വാഡ്സ് .
നിനക്കു ഒരു ഗുരുനാഥനുണ്ടോ ?	Have you a teacher?	ഹെവ് യു എ ടീച്ചർ
ഉവ്വ എനിക്കു ഒരുവനുണ്ടു . .	Yes; I have one.	യെസ് ഐ ഹെവ് വൺ
അതു നല്ലതു . .	That is good.	ദെററ് ഇസ് ഗുഡ് .
നീ ഇംഗ്ലീഷ്ഭാഷ പഠിക്കുന്നതു എത്ര കൊല്ലമായി	How long have you been studying the English language?	ഹൌ ലൊങ്ങ് ഹെവ് യു ബീന സ്ററഡിയിങ്ങ് ദി ഇംഗ്ലീഷ് ലെങ്ങ്വെജ് ?
ആറുമാസമെത്രയായിട്ടുള്ളു .	Just six months.	ജസ്ററ് സിക്സ് മൻത്സ്
നീ വേഗത്തിൽ ആ ഭാഷയിൽ സമർത്ഥനായി തീരുമെന്നു ഞാൻ വിചാരിക്കുന്നു	I think you will soon master the language	ഐ തിങ്ക് യു വിൽ സൂൺ മാസ്റ്റർ ദി ലെങ്ങ്വെജ് .

എനിക്കങ്ങിനെ തൊന്നുന്നു	I hope so.	ഐ ഹൊപ് സൊ.

10. On Viewing a town.

പട്ടണദൎശനം

പട്ടണത്തിന്റെ അനെകംഭാഗങ്ങളെനമ്മൾചെന്നു നൊക്ക.	Let us visit the different parts of the town.	ലെററ് അസ് വിസിററ് ദി ഡിഫ്രെൻററ് പാൎട്സ് ഒഫ് ദി ടൌൺ.
കൊള്ളാം ഞാൻനിന്റെകൂടവരാം.	Very good - I shall accompany you.	വെറി ഗുഡ് ഐ ശാൽ എക്കംപെനിയൂ.
ആകാണുന്നഎടുപ്പ എന്താണ?	What is that building yonder?	വാട്ട് ഇസ് ദെററ് ബില്ഡിങ്ങ് യോണ്ടർ
അതുകോടതിയാണ.	It is the court house.	ഇററ് ഇസ് ദി കൊൎട്ട് ഹൌസ്.
എന്തൊരുവിശെഷമായഎടുപ്പാണ.	What a magnificent building!	വാട്ട് എ മെഗ്നിഫിസെൻററ് ബില്ഡിങ്ങ്
അതെഅതുസത്യമായിവിശെഷപ്പെട്ടതുതന്നെ.	Yes; it is truly magnificent.	യെസ് ഇററ് ഇസ് ട്രൂലി മെഗ്നിഫിസെൻററ്
ആ കാണുന്ന എടുപ്പപള്ളിയാണെന്നു ഞാൻവിചാരിക്കുന്നു.	And that building there is I suppose the Church.	എൻഡ് ദെററ് ബില്ഡിങ്ങ് ദെൎ ഇസ് ഐ സപ്പൊസ് ദി ചൎച്ച്
അതെ അതൊരുകത്തൊലിക്കപള്ളിയാണ	Yes; it is a Catholic Church.	യെസ് ഇററീസ് എ കെത്തൊളിക്ക ചൎച്ച്

ഇവിടെമാപ്പിളപ്പള്ളികൾഇല്ലയൊ .	Are there no mosques here?	ആർ ദെർ നൊ മോസ്ക്സ് ഹീയർ
അനെകംഉണ്ട .	A good number of them.	എ ഗുഡ് നമ്പർ ഒഫ് ദെം .
വല്ല ക്ഷെത്രങ്ങളുണ്ടൊ ?	And any pagodas?	ഏൻഡ് എനി പെഗൊഡസ് .
പട്ടണത്തിന്റെഉൾഭാഗത്തുഒന്നുണ്ട	There is one in the interior of the town	ദെർ ഇസ് വൺ ഇൻ ദി ഇൻടീരിയർ ഒഫ് ദി ടൌൺ.
ഈസ്ഥലത്തിലെസ്കൂൾഎനിക്ക നോക്കുവാൻആഗ്രഹംഉണ്ട	I should like to see the school at this place.	ഐ ശുഡ് ലൈക്ക് ടു സീ ദി സ്കൂൾ എററ് ദിസ് പ്ലേസ് .
അതഇവിടെനിന്ന അധികംദൂരമില്ല .	It is not very far from here.	ഇററീസ് നൊട്ട് വെറി ഫാർ ഫ്രൊം ഹീയർ .
ആയ്തു അതാ .	There it is.	ദെർ ഇററ് ഇസ് .
ആയ്തുസാമാന്യം ഒരു വലിയ എടുപ്പു തന്നെ .	It is a pretty large building.	ഇററീസ് എ പ്രെററി ലാർജ് ബിൽഡിങ്ങ്
അതെ .	Yes; it is	യെസ് ഇററ് ഇസ്
അതിന്നടുത്തു ഒരു കുളംഉണ്ട .	There is a tank close by	ദെർ ഇസ് എ ടെൻക് ക്ലോസ് ബൈ.
ആയ്തുഅധികം വെടിപ്പാക്കി വെച്ചിരിക്കുന്നില്ലെന്നു ഞാൻ കാണുന്നു .	I see it is not kept very clean.	ഐ സീ ഇററ് ഇസ് നൊട്ട് കെപ്ട് വെറി ക്ലീൻ.
ഇല്ല .	No, it is not.	നൊ ഇററീസ് നൊട്ട്
വഴികൾവളരെ വെടിപ്പായിവെച്ചിരിക്കുന്നു .	The roads are kept very clean.	ദി റോഡ്സ് ആർ കെപ്ട് വെറി ക്ലീൻ

അതു നല്ലതു അതു എല്ലായ്പൊഴും അങ്ങിനെതന്നെ ആയിരിക്കെണം	That is good, it should always be so.	ദെറ്റ് ഇസ് ഗുഡ് ഇറ്റ് ഷൂഡ് ഓൾവെയിസ് ബി സൊ
വഴിക്കരികെ ഉള്ള ആ എടുപ്പു എന്താണ	What is that building on the side of the road.	വാട്ട് ഇസ് ദെറ്റ് ബിൽഡിങ്ങ് ഓൺ ദി സൈഡ് ഓഫ് ദി റൊഡ് . .
അതു ആസ്പത്രിയാന്ന	It is the hospital.	ഇറ്റീസ് ദി ഹൊസ്പിറ്റൽ . .
ഇവിടെ അനെകം ആസ്പത്രികൾ ഉണ്ടൊ	Are there many hospitals here?	ആർ ദെർ മെനി ഹൊസ്പിറ്റൽസ് ഹീയർ .
ഇല്ല ഒന്നു മാത്രമെ ഉള്ളു	No, there is only one	നൊ ദെർ ഇസ് ഓൺലി വൺ
എന്റെകൂട വരിക ഞാൻ നിണക്കു ക്ലബ് ചന്ത കോട്ട മുതലായ്തു കാണിക്കാം	Come along, I shall show you the Club, the market, the fort etc.	കം എലൊങ്ങ് ഐ ശാൽ ശൊ യു ദി ക്ലബ്ബ് ദി മാക്കെറ്റ ദി ഫോട്ട് .
ആ എടുപ്പുകളെ നമ്മൾക്ക വെറെ ഒരു ദിവസം കാണാം	We shall see those buildings another day	വി ശാൽ സീ ദോസ് ബിൽഡിങ്ങ്സ് എനദർ ഡെ
ഇപ്പോൾ ഞാൻ കുറെ ക്ഷീണിച്ചിരിക്കുന്നു	I am rather tired just now.	ഐ ആം റാദർ ടയെവ്ഡ് ജസ്റ്റ് നൌ

11. Master and Servant.

യജമാനനും ഭൃത്യനുമായിട്ടുള്ള സംഭാഷണം

—oOOOo—

നീആരാകുന്നു നിനക്കഎന്തുവെണം	Who are you? and what do you want?	ഹൂ ആർ യൂ എൻഡ് വാട്ട് ഡു യൂ വാൺട്ട്
എനിക്ക നിങ്ങളുടെ പണിക്കാരനആവാൻ ആഗ്രഹം ഉണ്ടുസായ്പെ	I wish to enter your service sir.	ഐ വിഷ് ടു എൻററർ യൂർ സർവ്വീസ് സർ.
കൊള്ളാംനീനല്ലനടപ്പുകാരനാണെന്നുള്ള വല്ലസർട്ടിഫിക്കെററുകൾഉണ്ടൊ	Well, do you hold any certificates of good character?	വെൽ ഡു യൂ ഹൊൾഡ് എനി സർട്ടിഫിക്കെററ്സ് ഓഫ് ഗുഡ് കേരക്ടർ
ആതെ സായ്പെ ഒന്നുഇതാ	Yes sir, here is one.	യെസ്സ് സർ ഹീയർ ഇസ്സ് വൺ.
നിനക്ക കുസിനിപ്പണിഅറിയുമൊ	Do you know to cook	ഡു യൂ നൊ ടു കുക്ക്
അറിയാം സായ്പെ ഞാൻഎല്ലായ്പൊഴും കുസിനിക്കാരനായിപണിഎടുത്തുവന്നിരിക്കുന്നു	Yes sir, I have always served as a cook	യെസ് സർ ഐ ഹേവ് ഓൾവെയിസ് സർവ്വ്ഡ് എസ് എ കുക്ക്
എനിക്ക കുസിനിപ്പണി അറിഞ്ഞുകൂടാസായ്പെ ഞാൻഎല്ലായ്പൊഴും മേട്ടിയായി പണിഎടുത്തുവന്നിരിക്കുന്നു	No sir I do not know to cook, I have always served as a waiter	നൊ സർ ഐ ഡു നൊട്ട് നോ ടു കുക്ക് ഐ ഹേവ് ഓൾവെയിസ് സർവ്വ്ഡ് എസ് എ വെയിററർ

നിണക്കെത്രശമ്പളംവെണം ?	What wages do you want.	വാട്ട് വെജെസ് ഡു യു വാണ്ട്
നിങ്ങൾ സാധാരണയായി നിങ്ങളുടെ പണിക്കാൎക്കുകൊടുക്കുന്നശമ്പളംകൊണ്ടുഞാൻ തൃപ്തിപ്പെട്ടും സായ്പെ	I shall be content with the wages you ordinarily give your servants sir.	ഐ ശെൽ ബി കൊണ്ടെൻറ് വിത് ദി വെജസ് യു ഓഡിനെറിലി ഗിവ് യുർ സവെൻറ്സ് സർ
ഞാൻ ഇപ്പോൾ നിണക്കുമാസത്തിൽ ആറുറുപ്പിക കൊടുക്കും പിന്നെ നിന്റെ സാമൎത്ഥ്യപ്രകാരം നിന്റെ ശമ്പളം കയറ്റുകയും ചെയ്യും	I shall give you six rupees a month now, and I shall increase your wages according to your ability.	ഐ ശെൽ ഗിവ് യു സിക്സ് റുപ്പീസ് എ മൺത് നൌ എൻഡ് ഐ ശെൽ ഇൻക്രീസ് യുർ വെജെസ് എക്കൊഡിങ്ങ് ടു യുർ എബിലിററി
നിങ്ങളുടെ ഇഷ്ടപ്രകാരം ആയിരിക്കട്ടെ സായ്പെ	Let it be as you please sir or; (I leave it to your pleasure)	ലെററ് ഇററ് ബി എസ് യു പ്ലീസ് സർ അല്ലെങ്കിൽ (ഐ ലീവ് ഇററ് ടു യുർ പ്ലേഴർ സർ)
കൊള്ളാം ഇന്നുമുതൽ ഞാൻ നിന്നെ എന്റെ പണിക്കാരനായി നിശ്ചയിക്കുന്നു	Well I engage you as my servant from to-day.	വെൽ ഐ എൻഗെജ് യു എസ് മൈ സവെൻററ് ഫ്രൊം ടുഡെയി

യജമാനനും ഭൃത്യനും (തുടൎച്ച)

ചെറുക്കാ തീൻ തെയ്യാറായൊ	Boy, is the dinner ready.	ബൊയി ഇസ് ദി ഡിന്നർ റെഡി

അതെ സായ്പ്പെ തെയ്യാറായിരിക്കുന്നു	Yes sir, it is ready.	യെസ് സർ ഇററ് ഇസ് റെഡി
എന്നാൽ തുണി വിരിക്ക	Then lay the cloth.	ദെൻ ലെയി ദി ക്ലോത്ത്
കത്തികളും മുള്ളുകളും കയ്യിലുകളും എവിടെ	Where are the knives, forks, and spoons.	വെയർ ആർ ദി നയിവ്സ് ഫൊർക്സ് എന്റ് സ്പൂൺസ്
അവയെ ഉടനെ ഇവിടെ കൊണ്ടുവരിക	Get them here quick.	ഗെററ് ദെം ഹീയർ ക്വീക്
തീൻ നീക്ക	Let the dinner be served	ലെററ് ദി ഡിന്നർ ബി സർവ്ഡ്
എനിക്ക പുഡിങ്ങ വെണം	I want pudding.	ഐ വാണ്ട് പുഡിങ്
സായ്പ്പെ അതു ഇനിയും തെയ്യാറായിട്ടില്ല	Sir, it is not ready yet.	സർ ഇററ് ഇസ് നൊട്ട് റെഡി യെററ്
ഞാൻ മെശക്കൽ വരുന്നതിന്നുമുമ്പെ അതു ഇനി എന്തുകൊണ്ടു തെയ്യാറാക്കീട്ടില്ല	Why did you not get it ready befor I came to the table.	വൈ ഡിഡ് യു നൊട്ട് ഗെററ് ഇററ് റെഡി ബിഫൊർ ഐ കെം ടു ദി ടേബിൾ
ഇനിമെലാൽ നീ ഇപ്രകാരം ചെയ്യുന്നു വെങ്കിൽ എന്റെ ഉദ്യോഗത്തിൽ നിന്നു ഞാൻ നിന്നെ നീക്കിക്കളയും നല്ലവണ്ണം സൂക്ഷിക്ക	Mind well, I will discharge you from my service, if you do this in future.	മയിൻഡ വെൽ ഐ വിൽ ഡിസ്ചാർജ യു ഫ്രൊം മൈ സർവീസ് ഇഫ് യു ഡു ദിസ് ഇൻ ഫ്യൂചർ

യജമാനനും ഭൃത്യനും (തുടച്ച)

തപ്പാലാപ്പീസ്സിൽ പൊയിട്ട എനിക്കുള്ള കത്തുകളൊക്കെ കൊണ്ടുവരിക.	Go to the Post office and get all my letters	ഗൊ ടു ദി പൊസ്റ്റാഫീസ ആന്റ ഗെററ ആൾ മൈ ലെററസ
സായ്പെ ഇന്നു നിങ്ങൾക്ക ഒരു ബങ്കിയല്ലാതെ കത്തുകൾ ഇല്ല.	Sir, there are no letters for you today, but only a parcel.	സർ ദെർ ആർ നൊ ലെററസ ഫൊർ യു ടുഡെ ബട്ട ഓൺലി എ പാർസൽ
തപ്പാൽകൊല്ക്കാരൻ എവിടെ ?	Where is the post peon.	വെയർ ഈസ ദി പൊസ്റ്റ പ്യൂൺ
ബങ്കി ഇവിടെ കൊണ്ടുവരാനായി അവനൊട പറക.	Tell him to bring the parcel here.	ടെൽ ഹിം ടു ബ്രിങ്ക ദി പാർസൽ ഹീയർ
ഈ ബങ്കിക്ക എത്ര കൂലി ഉണ്ടാകമെന്ന അവനൊട ചോദിക്ക.	Ask him what will be the charge for this Baughy.	ആസ്ക ഹിം വാട്ട വിൽ ബി ദി ചാർജ ഫൊർ ദിസ ബങ്കി
അവൻ രണ്ടുറുപ്പിക എന്ന പറയുന്നു	He says two rupees.	ഹി സെയിസ ടു റുപ്പീസ
അവൻ പണത്തിന്ന ഇന്നു വൈകുന്നേരം വരട്ടെ.	Let him come this evening for the money	ലെററ ഹിം കം ദിസ ഈവിനിങ്ങ ഫൊർ ദി മണി

യജമാനനും ഭൃത്യനും (തുടച്ച)

എനിക്ക ഇന്ന രാത്രി ഒരു പണിക്കാരൻ ഇവിടെ താമസിപ്പാൻ വേണം..	I want a servant to stay here this night.	ഐ വാണ്ട എ സെർവന്റ ടു സ്റ്റെയി ഹീയർ ദിസ നയിററ . .

നാളെരാവിലെ എന്നെ അഞ്ചുമണിക്കു വിളിക്ക . . .	Call me tomorrow morning at five o'clock	കോൾമി ടുമോറൊ മോൎണ്ണിങ്ങ് എററ് ഫയിവ് ഒക്ലോക്ക്
സായ്പ്പെ എഴുന്നീല്പാൻ സമയമായി .	Sir, it is time to get up	സർ ഇററ് ഇസ് ടൈം ടു ഗെററ് ആപ് . . ...
എന്റെ കാൽ ചട്ടയും കുപ്പായവും കൊണ്ടുവരിക . .	Bring me my trousers and Coat.	ബ്രീങ്ങ് മീ മൈ ട്രൌസേഴ്സ് എൻഡ് കോട്ട് . . .
ഇന്നലരാത്രി ഞാൻ കൊടുത്ത ഘടികാരവും കുറിപ്പുപുസ്തകവും (നോട്ട്ബുക്ക) എവിടെ വെച്ചിട്ടുണ്ടെന്നു ബട്ലെരോടു ചോദിക്ക . ..	Ask Butler where he kept my watch and the note book which I gave last night.	ആസ്ക് ബട്ട്ലർ വെർ ഹി കെപ്ട് മൈ വാച്ച് എൻഡ് ദി നോട്ട്ബുക്ക് വിച്ച് ഐ ഗേവ് ലാസ്റ്റ് നൈററ്
സായ്പ്പെ — ഘടികാരം മേശമേലും കുറിപ്പുപുസ്തകം നിങ്ങളെ എഴുത്തുപെട്ടിയിലും ഉണ്ടെന്നു അവൻ പറയുന്നു ...	Sir, He says that the watch is on the table and the note book in your desk.	സെർ ഹി സെസ് ദേററ് ദി വാച്ച് ഇസ് ഓൺ ദി ടേബിൾ എൻഡ് ദി നോട്ട് ബുക്ക് ഇൻ യുവർ ഡെസ്ക്ക് .

യജമാനനും ഭൃത്യനും (തുടൎച്ച)

ഇന്നു വൈകുന്നേരം ഒരു വണ്ടി കൊണ്ടു വരാൻ ഒരു വണ്ടിക്കാരനോടു കല്പിക്ക . . .	Order a bandy man to bring a bandy this evening.	ഓഡർ എ ബെൻഡിമെൻ ടു ബ്രിങ്ങ് എ ബെൻഡി ദിസ്സ് ഈവനിങ്ങ്

ഈ എട്ടണമുങ്കൂറായികൊടുക്ക	Give these eight annas as advance	ഗിവ് ദീസ് എയിററ്എനാസ് എസ് എഡ്വെൻസ്
അവൻ വണ്ടികൊണ്ടുവന്നിട്ടുണ്ടൊ	Has he brought the carriage?	ഹേസ് ഹീ ബ്രൊട്ട് ദി കേറിയെജ്
അതെ സായ്പെ അവൻ വണ്ടി കൊണ്ടുവന്നിട്ടുണ്ട	Yes, sir, he has brought it	യെസ് സർ ഹീ ഹെസ് ബ്രൊട്ട് ഇററ്
വീട്ടിന്നു സമീപം കൊണ്ടു വരാൻ അവനോടു പറക	Tell him to bring it close to the house	ടെൽ ഹിം ടു ബ്രിങ്ങ് ഇററ് ക്ലോസ് ടു ദി ഹൌസ്സ്
കൊണ്ടു വന്നിരിക്കുന്നു സായ്പെ	He has brought it sir	ഹീ ഹേസ് ബ്രൊട്ട് ഇററ് സർ
ഞാൻ മടങ്ങി വരുന്നതിന്നു മുമ്പെ എന്റെ രാവിലത്തെ ഭക്ഷണം തെയ്യാറാക്കി വെപ്പാൻ സൂക്ഷിക്ക	Take care you get my breakfast ready by the time I return	ടേക് കെർ യു ഗെററ് മൈ ബ്രെക്ഫെസ്റ്റ് റെഡി ബൈ ദി ടൈം ഐ റിട്ടേർൺ

യജമാനനും ഭൃത്യനും തമ്മിലുള്ള സംഭാഷണം (തുടർച്ച)

സായ്പെ വീട്ടിന്റെ ഉടമസ്ഥൻ കൂലിക്കായിട്ടു നിങ്ങളെ കാത്തിരിക്കുന്നു	Sir, the owner of the house is waiting for you for the rent	സർ ദി ഓണർ ഓഫ് ദി ഹൌസ്സ് ഇസ് വെയിററിങ്ങ് ഫോർ യൂ ഫോർ ദി റെൻററ്
അവനോടു അകത്തുവരാൻ പറക	Tell him to come in	ടെൽ ഹിം ടു കം ഇൻ

വീടു ശരിയായിനന്നാക്കാത്തതുഎന്തു കൊണ്ടാണെന്നു അവനൊടുചോദിക്ക.	Ask him why he did not repair the house regularly	ആസ്ക് ഹിം വൈ ഹി ഡിഡ് നൊട്ട് റിപ്പേർ ദി ഹൌസ് റെഗുലെർലി.
വളരെകാലത്തോളം അവനുദീനമായിരുന്നെന്നു അവൻപറയുന്നു.	He says that he was sick for a long time	ഹീ സെസ് ദേറ്റ് ഹീ വാസ് സിക്ക് ഫോർ എ ലോങ്ങ് ടൈം
ഇനി മെലാൽ ഈവിധം ഒഴികഴിവു കൊണ്ടു വരെണ്ടാ എന്നുഅവനൊടുപറക.	Tell him not to make this kind of excuse here after	ടെൽ ഹിം നോട്ട് ടു മേക്ക് ദിസ് കയിൻഡ് ഓഫ് എക്സ്ക്യൂസ് ഹിയറാഫ്റ്റർ.
തല്ക്കാലംഎന്റെവക്കൽപണംഇല്ലാത്തതുകൊണ്ടു രണ്ടുദിവസംകഴിഞ്ഞിട്ടുവരാൻഅവനൊടുപറക	As I have no money about me at present tell him to come after two days	ആസ് ഐ ഹേവ് നൊ മണി എബൌട്ട് മീ ഏറ്റ് പ്രസന്റ് ടെൽ ഹിം ടു കം ആഫ്റ്റർ ടു ഡെയിസ്
കുളിപ്പുര വെള്ളതെക്കാനായിട്ടുഅവൻ ഇന്നു ഒരുത്തനെ അയക്കട്ടെ.	Let him send a man today, to white wash the bath room	ലെറ്റ്ഹിം സെൻഡ് എ മെൻ ടുഡെ ടു വയിറ്റ് വാഷ് ദി ബാത്ത്റൂം.

യജമാനനും ഭൃത്യനും (തുടച്ച)

കഴിഞ്ഞ മാസത്തെ ബില്ല് കൊണ്ടുവരാൻഷാപ്പുകാരനൊടു പറക..	Tell the shop keeper to bring the bills of last month	ടെൽ ദി ഷൊപ്പ് കീപ്പർ ടു ബ്രിങ്ങ് ദി ബിൽസ് ഓഫ് ലാസ്റ്റ് മൻത്.

സായ്വ്. അവൻ വന്നിട്ടുണ്ട	Sir, he is come	സർ ഹീ ഇസ് കം
അവനെ ഇവിടെ വിളിക്ക	Call him here	കോൾ ഹിം ഹീയർ.
എല്ലാബില്ലുകളുംഎനിക്കുകാണിക്ക.	Show me all the bills	ഷൊ മീ ഓൾ ദി ബിൽസ്.
എല്ലാബില്ലുകളും ശരിയായിനിന്റെപക്കലുണ്ടൊ..	Have you got all the bills right	ഹേവ് യു ഗൊട്ട് ഓൾ ദി ബിൽസ് റയിററ്.
ഏപ്രിൽമാസം ൩ നു ഒരുകുപ്പിഅച്ചാറിന്നു നിങ്ങളെ പണിക്കാരൻബീൽകൊണ്ടുവന്നിട്ടില്ല.	Your servant brought no bill on the 3rd April for a bottle of pickle	യുയർ സർവൻററ് ബ്രൊട്ട് നൊ ബിൽ ഓൺ ദി തേഡ് എപ്രീൽ ഫൊർ എ ബോട്ടിൾ ഓവ് പിക്കിൾ.
ശേഷംഒക്കെയുംഎന്റെപക്കൽ ഉണ്ടു	All the rest I have with me	ഓൾ ദി റെസ്റ്റ് ഐ ഹെവ് വിത് മി
ഞാൻ നിന്നൊടു വാങ്ങുന്നഎല്ലാസാമാനങ്ങൾക്കും നീ അധികം വിലചാത്തുന്നു..	You charge too much for all the articles which I purchase from you	യു ചാർജ് ടു മച്ച ഫൊർ ഓൾ ദി ആർട്ടികൾസ് വച്ച ഐ പർച്ചെസ് ഫ്രൊം യു.
ഞാൻഅധികം വിലചാത്തുന്നില്ല സായ്വ്.സാധാരണവിലയത്രെഞാൻചോദിക്കുന്നതു	I do not overcharge you, sir, I ask only the usual price	ഐ ഡു നോട്ട് ഒവചാർജ് യു സർ ഐ ആസ്ക് ഓണ്ലി ദി യൂഷൽ പ്രൈസ്.
ഇന്നാളുടെകണക്കു മുഴുവൻതീർക്ക	Settle this man's account in full.	സെററിൾ ദിസ് മെൻസ് എക്കൌണ്ട് ഇൻഫുൾ.